# GIỚI LUẬT VÀ OAI NGHI BẬC SA-DI VÀ SA-DI NI

# GIỚI LUẬT VÀ OAI NGHI BẬC SA-DI VÀ SA-DI NI

**NGUYỄN MINH TIẾN** *soạn dịch*


**ISBN-13: 978-1-0906-9237-5**
**ISBN-10: 1-0906-9237-4**

NGUYỄN MINH TIẾN
*soạn dịch*

# GIỚI LUẬT VÀ OAI NGHI BẬC SA-DI VÀ SA-DI NI

NHÀ XUẤT BẢN LIÊN PHẬT HỘI
UNITED BUDDHIST PUBLISHER

# LỄ THỌ GIỚI SA-DI

*Nghi thức thọ giới này trích dịch trong quyển Yết-ma do ngài Đàm-đế, người Thiên Trúc*[1] *dịch năm 254. Phần Hán văn được in kèm theo để tiện đối chiếu.*

Nếu như có người muốn được xuống tóc[2] giữa chúng tăng ở nơi nào, phải thưa xin với hết thảy chúng tăng nơi ấy. Như chúng tăng chẳng hội lại một chỗ, phải đi đến từng người mà thưa rõ việc xin xuống tóc. Như chúng tăng đã hội lại đủ, phải thưa trước chúng tăng rồi sau mới được xuống tóc. Vị thầy đỡ đầu đứng trước đại chúng mà thưa như thế này:

*Kính bạch chư đại đức tăng. Đệ tử đây tên là...(tên người xuống tóc) ..., đã xin với tôi là ...(tên vị thầy) ... cho được xuống tóc. Như đại đức tăng thấy đây là lúc thích hợp và ưng thuận, xin nhận cho đệ tử ...(tên người xuống tóc) ... xuống tóc.*

Nếu như người muốn được xuất gia giữa chúng tăng ở nơi nào, phải thưa xin với hết thảy chúng tăng nơi ấy. Như chúng tăng chẳng hội lại một chỗ, phải đến từng nơi mà thưa rõ việc xin xuất gia. Như chúng tăng đã hội lại đủ, vị thầy đỡ đầu đứng trước mọi người mà bạch như thế này:

*Kính bạch chư đại đức tăng. Đệ tử đây tên là...(tên người xuất gia) ..., đã xin với tôi là ...(tên vị thầy) ... cho được xuất*

---

[1] Tức là tên gọi nước Ấn Độ thời xưa.

[2] Người xuất gia trước hết phải qua lễ Thế phát, tức là xuống tóc. Cạo sạch râu tóc để chứng tỏ đã dứt sạch việc thế tục.

*gia. Như đại đức tăng thấy đây là lúc thích hợp và ưng thuận, xin nhận cho đệ tử ...(tên người xuất gia) ... xuất gia.*

Bạch như vậy rồi, nếu chúng tăng ưng thuận cho xuất gia, thầy dạy đệ tử mặc áo cà-sa vào, vai bên phải để trần, lộ cánh tay mặt ra, lại cởi bỏ giày dép, quỳ bên gối phải sát đất,[1] hai tay cung kính chắp lại. Rồi thầy dạy cho bạch như thế này:

*Đệ tử tên là ... , nguyện quy y Phật, quy y Pháp, quy y Tăng, noi theo gương Phật xuất gia, xin thỉnh thầy ... (tên vị hòa thượng) làm hòa thượng, nhận đức Như Lai chân đẳng chánh giác là bậc Thế Tôn của đệ tử.*

Lặp lại như thế ba lần rồi, lại bạch tiếp như thế này:

*Đệ tử tên là ... , nay đã quy y Phật, đã quy y Pháp, đã quy y Tăng, noi theo gương Phật xuất gia, đã thỉnh thầy ... (tên vị hòa thượng) làm hòa thượng, nhận đức Như Lai chân đẳng chánh giác là bậc Thế Tôn của đệ tử.*

Lại cũng lặp lại như vậy ba lần. Rồi thầy giáo thọ[2] mới tuyên đọc lần lượt mười giới của sa-di, cụ thể như sau:

1. Giới luật của sa-di là trọn đời không được sát sanh. Đệ tử có thể vâng làm không?

Vị sa-di đáp: Thưa được.

2. Giới luật của sa-di là trọn đời không được trộm cắp. Đệ tử có thể vâng làm không?

Vị sa-di đáp: Thưa được.

3. Giới luật của sa-di là trọn đời không được dâm dục. Đệ tử có thể vâng làm không?

Vị sa-di đáp: Thưa được.

---

[1] Tức là tư thế quỳ một chân.

[2] Tức vị A-xà-lê.

4. Giới luật của sa-di là trọn đời không được nói dối. Đệ tử có thể vâng làm không?

Vị sa-di đáp: Thưa được.

5. Giới luật của sa-di là trọn đời không được uống rượu. Đệ tử có thể vâng làm không?

Vị sa-di đáp: Thưa được.

6. Giới luật của sa-di là trọn đời không được dùng các thứ hoa, hương, dầu thơm để tô điểm thân thể. Đệ tử có thể vâng làm không?

Vị sa-di đáp: Thưa được.

7. Giới luật của sa-di là trọn đời không được ca múa, hát nhạc, cũng không đến xem hoặc nghe người khác. Đệ tử có thể vâng làm không?

Vị sa-di đáp: Thưa được.

8. Giới luật của sa-di là trọn đời không được nằm, ngồi trên giường ghế cao rộng. Đệ tử có thể vâng làm không?

Vị sa-di đáp: Thưa được.

9. Giới luật của sa-di là trọn đời không được ăn trái giờ. Đệ tử có thể vâng làm không?

Vị sa-di đáp: Thưa được.

10. Giới luật của sa-di là trọn đời không được cất giữ tiền, vàng bạc, vật quý giá. Đệ tử có thể vâng làm không?

Vị sa-di đáp: Thưa được.

Đó là mười giới của sa-di, phải giữ trọn đời không được hủy phạm. Đệ tử có thể vâng làm không?

Vị sa-di đáp: Thưa được.

Mọi việc đều đã hoàn tất, vị thầy dặn dò sa-di rằng:

*Nay con đã thọ giới xong, nên cúng dường Tam bảo: Phật, Pháp và Tăng. Phải chuyên cần tu tập cả ba nghiệp thân, miệng và ý, phải học ngồi thiền, tụng kinh, siêng làm hết thảy các việc trong chúng tăng.*

(Đến đây là hết phần nghi thức thọ giới sa-di.)

# PHẦN HÁN VĂN

## 度沙彌法

*Độ sa-di pháp*

出曇無德律

*Xuất Đàm-vô-đức luật*

曹魏安息沙門曇諦譯

*Tào Ngụy An Tức Sa-môn Đàm Đế dịch*

若欲在僧伽藍中剃髮。當白一切僧若不和合。房房語令知已與剃髮若和合，當作白。白已然後剃髮。當如是白。

*Nhược dục tại tăng-già-lam trung thế phát, đương bạch nhất thiết tăng. Nhược bất hòa hiệp, phòng phòng ngứ linh tri dữ dĩ thế phát. Nhược hòa hiệp, đương tác bạch. Bạch dĩ, nhiên hậu thế phát. Đương như thị bạch.*

大德僧聽。此某甲。欲求某甲剃髮。若僧時到僧忍聽。與某甲剃髮。白如是。

*Đại đức tăng thính, thử mỗ giáp dục cầu mỗ giáp thế phát. Nhược tăng thời đáo, tăng nhận thính dữ mỗ giáp thế phát. Bạch như thị.*

若欲僧伽藍中度令出家者。當白一切僧。白已然後聽與出家。當如是白。

*Nhược dục tăng-già-lam trung độ linh xuất gia giả, đương bạch nhất thiết tăng, bạch dĩ nhiên hậu thính dữ xuất gia. Đương như thị bạch.*

大德僧聽。此某甲。從某甲求出家。若僧時到僧忍聽。與某甲出家。白如是。

*Đại đức tăng thính, thử mỗ giáp tùng mỗ giáp cầu xuất gia. Nhược tăng thời đáo, tăng nhận thính dữ mỗ giáp xuất gia. Bạch như thị.*

作如是白已出家。教使著袈裟。偏露右肩，脫革屣，右膝著地合掌。教作如是言。

*Tác như thị bạch dĩ xuất gia, giáo sử trước ca-sa, thiên lộ hữu kiên, thoát cách tỉ, hữu tất trước địa, hiệp chưởng, giáo tác như thị ngôn.*

我某甲。歸依佛歸依法歸依僧。隨佛出家。某甲為和尚。如來至真等正覺。是我世尊。(如是三說)

*Ngã mỗ giáp quy y Phật, quy y Pháp, quy y Tăng, tùy Phật xuất gia, mỗ giáp vi hòa thượng, Như Lai chí chân đẳng chánh giác thị ngã Thế Tôn. (Như thị tam thuyết)*

我某甲。歸依佛竟歸依法竟歸依僧竟。隨佛出家竟。某甲為和尚。如來至真等正覺。是我世尊。(如是三說)

*Ngã mỗ giáp quy y Phật cánh, quy y Pháp cánh, quy y Tăng cánh, tùy Phật xuất gia cánh, mỗ giáp vi hòa thượng, Như Lai chí chân đẳng chánh giác thị ngã Thế Tôn. (Như thị tam thuyết)*

盡形壽不得殺生。是沙彌戒。能持不。(答言。能。)

*Tận hình thọ bất đắc sát sanh, thị sa-di giới, năng trì phủ? (Đáp ngôn: Năng.)*

盡形壽不得盜。是沙彌戒。能持不。(答言。能。)

*Tận hình thọ bất đắc đạo, thị sa-di giới, năng trì phủ? (Đáp ngôn: Năng.)*

盡形壽不得婬。是沙彌戒。能持不。(答言。能。)

*Tận hình thọ bất đắc dâm, thị sa-di giới, năng trì phủ? (Đáp ngôn: Năng.)*

盡形壽不得妄語。是沙彌戒。能持不。(答言。能。)

*Tận hình thọ bất đắc vọng ngữ, thị sa-di giới, năng trì phủ? (Đáp ngôn: Năng.)*

盡形壽不得飲酒。是沙彌戒。能持不。(答言。能。)

*Tận hình thọ bất đắc ẩm tửu, thị sa-di giới, năng trì phủ? (Đáp ngôn: Năng.)*

盡形壽不得著華鬘香油塗身。是沙彌戒。能持不。(答言。能。)

*Tận hình thọ bất đắc trước hoa man hương du đồ thân, thị sa-di giới, năng trì phủ? (Đáp ngôn: Năng.)*

盡形壽不得歌舞倡伎及故往觀聽。是沙彌戒。能持不。(答言。能。)

*Tận hình thọ bất đắc ca vũ xướng kỵ cập cố vãng quan thính, thị sa-di giới, năng trì phủ? (Đáp ngôn: Năng.)*

盡形壽不得高廣大牀上坐。是沙彌戒。能持不。(答言。能。)

*Tận hình thọ bất đắc cao quảng đại sàng thượng tọa, thị sa-di giới, năng trì phủ? (Đáp ngôn: Năng.)*

盡形壽不得非時食。是沙彌戒。能持不。(答言。能。)

*Tận hình thọ bất đắc phi thời thực, thị sa-di giới, năng trì phủ? (Đáp ngôn: Năng.)*

盡形壽不得捉持生像金銀寶物。是沙彌戒。能持不。(答言。能。)

*Tận hình thọ bất đắc tróc trì sanh tượng kim ngân bảo vật, thị sa-di giới, năng trì phủ? (Đáp ngôn: Năng.)*

此是沙彌十戒。盡形壽不得犯。能持不。(答言。能。)

*Thử thị sa-di thập giới, tận hình thọ bất đắc phạm, năng trì phủ? (Đáp ngôn: Năng.)*

汝已受戒竟。當供養三寶佛寶法寶僧寶。勤修三業坐禪誦經勸作眾事。

*Nhữ dĩ thọ giới cánh, đương cúng dường Tam bảo: Phật bảo, Pháp bảo, Tăng bảo, cần tu tam nghiệp, tọa thiền, tụng kinh, khuyến tác chúng sự.*

# THẬP GIỚI CỦA SA-DI

*Bài này soạn vào thời Đông Tấn của Trung Hoa, khoảng năm 400 theo Dương lịch. Soạn giả là một vị tăng, đã khuyết danh. Tuy trong lễ thọ giới vị thầy truyền giới chỉ nêu đại lược, nhưng người xuất gia phải được học kỹ về Mười giới để có thể giữ theo không sai phạm. Bài này giúp hiểu rõ thêm về Mười giới.*

1. Sa-di trọn đời không được giết hại người hoặc thú vật. Hãy tưởng đến lòng yêu thương của cha mẹ và quyến thuộc của người bị hại. Nhớ đến ơn dạy dỗ của thầy và bạn hữu, phải tinh tấn tu hành, cứu độ cho cha mẹ. Phải thận trọng đừng gây hại cho người khác, vì sự ác hại ấy rồi sẽ trở lại hại mình. Thậm chí không làm hại đến cả những con vật nhỏ bé, hết thảy các loài động vật. Hãy làm mọi việc lành, cứu giúp kẻ đói khổ, khiến cho hết thảy đều được an ổn. Lòng nghĩ đến người khác nên không thể giết hại. Nếu nhìn thấy, nghe biết hoặc nghi ngờ sự giết hại một con thú là vì mình thì không thể ăn thịt con thú ấy.[1] Thấy

[1] Thuở ban đầu mới lập giáo, đức Phật châm chế cho phép các vị xuất gia được ăn thịt, nhưng phải là loại "Tam tịnh nhục", nghĩa là không rơi vào ba trường hợp: 1. Không ăn thịt con vật do người khác giết để đãi mình. 2. Không ăn thịt con vật mà mình nhìn thấy bị giết hại. 3. Không ăn thịt con vật mà mình nghe tiếng kêu la khi bị giết.

sự giết hại, nên khởi lòng từ, phát thệ nguyện rằng: "Khi tôi thành đạo, nguyện cho trong cõi nước không có sự giết hại." Cho đến cây cỏ mà không cần dùng đến cũng không vô cớ làm hại. Không được giữ các thứ khí giới như gươm đao, cây gậy, vật sắc nhọn... Không được nuôi dưỡng súc vật, chim chóc để ăn thịt. Không dùng các thứ cung tên, đạn bắn để săn bắt muông thú. Không được nổi lửa gây cháy rừng núi, làm hại đến sanh linh. Không tháo cạn nước ao, hồ hoặc ngăn đường nước đến, hoặc dùng các loại câu, lưới, chài... để đánh bắt, giết hại các loài sống trong nước. Không khai khẩn những nơi rừng núi, đầm lầy để làm ruộng rẫy, trồng trọt ngũ cốc. Phạm vào giới này chẳng còn là sa-di nữa.

2. Sa-di trọn đời không được phạm tội trộm cắp. Chớ tham của người, cho đến vật nhỏ nhặt cũng vậy. Hãy giữ lòng công bằng chánh trực, miệng không nói lời khuyến khích sự trộm cắp. Không được mua bán, thuê mướn nô bộc. Như có người mang đến cho cũng không nhận lấy. Thường vì người khác giảng thuyết về đức không tham lam. Thà bị chặt tay, nhất định không trộm lấy đồ trái phép. Phạm vào giới này chẳng còn là sa-di nữa.

3. Sa-di trọn đời không được cưới vợ, sanh con. Phải tránh xa nữ sắc, kiềm chế lục dục. Không nhìn ngắm gái đẹp, tâm không nghĩ đến việc dâm dục, miệng không nói những lời dâm ô. Không gần gũi những kẻ lẳng lơ, không nghe những lời ngọt ngào khêu gợi. Sa-di nam và nữ phải cư trú ở nơi riêng biệt, không được tìm gặp nhau, không được ngồi cùng thuyền, đi cùng xe. Trên đường gặp nhau không được trao đổi chuyện trò. Không được mượn cớ để đi lại gặp gỡ nhau. Không được thư từ qua lại cho nhau. Không

được trao đổi y phục, như người khác phái có cho cũng không được nhận. Như cần gặp nhau, phải có người lớn tuổi chứng kiến, thận trọng chẳng nên đi một mình. Không được ngồi chung hoặc ngủ đêm trong một phòng. Thà tan xương nát thịt cũng không để vướng vào sự dâm dục. Thà là chết trong sạch còn hơn là sống mà phạm giới này. Phạm vào giới này chẳng còn là sa-di nữa.

4. Sa-di trọn đời lấy sự thành tín làm căn bản, không nói lời đâm thọc, lời hai lưỡi, không nói lời độc ác, không nói dối, không nói lời tà vạy. Có chỉ chỗ sai trái của người cũng phải nói một cách trầm tĩnh và đủ chứng cớ. Chẳng chê bai chỗ yếu kém của người khác. Khi thuyết pháp, phải nói cho đúng lý. Thấy người tranh cãi, hãy vô tư đứng giữa mà giải hòa. Phàm trong việc xử thế, dao sắc nằm ngay trong miệng người. Sát hại đến thân thể cũng là do lời ác độc. Nói năng không thận trọng chẳng còn là sa-di nữa.

5. Sa-di trọn đời không được uống rượu. Cho đến không nếm thử, ngửi mùi của rượu. Không bán rượu, không uống thuốc ngâm rượu, không ghé vào quán rượu. Rượu là chất độc, là nguyên nhân của những sự bại hoại, làm cho kẻ hiền phải suy sụp, bậc thánh phải hư hỏng, mang đến các tai ương. Dùng nó thì xa điều lành, gần điều dữ. Thà là uống nước đồng sôi còn hơn là phạm vào việc uống rượu. Phạm vào giới này chẳng còn là sa-di nữa.

6. Sa-di không được dùng các loại hoa, hương thơm, dầu thơm, phấn sáp trang điểm trên thân thể. Mặc che thân là đủ, không tham đắm vào hình thức. Ăn lấy no là đủ, không tham đắm mùi vị. Không nên đi xe, đi ngựa, đi kiệu vì muốn thỏa sự ham thích, vì sự khoái

trá của tâm ý. Phạm vào giới này chẳng còn là sa-di nữa.

7. Sa-di trọn đời không được ca, múa, diễn trò... hoặc dự xem người khác ca, múa, diễn trò... Không được chơi âm nhạc, các thứ đàn, sáo, nhạc cụ... làm cho tâm đạo dễ rối loạn. Không được tham gia bất cứ hình thức cờ bạc nào để tranh thắng bại cầu vui, hoặc tranh mối lợi với người khác. Phạm vào giới này chẳng còn là sa-di nữa.

8. Sa-di không được nằm giường cao rộng, chăn nệm tốt, có màn che sáo phủ. Không được dùng gối nệm có kết vàng bạc cùng các thứ lụa là, gấm vóc. Không dùng chiếu đẹp, quạt sơn, phất đủ màu và đồ chưng diện điểm trang. Không học theo các việc đoán thời vận, bói toán, trù ếm, phù phép, xem ngày tháng tốt xấu, xem mu rùa và lá cây để bói xem thời vận may rủi, nghèo giàu, xem tinh tú nhaït thực, nguyệt thực, các hiện tượng lở núi, động đất... Không tham gia quốc sự, thuế vụ, binh cơ. Phạm vào giới này chẳng còn là sa-di nữa.

9. Sa-di trọn đời không được ăn phi thời.[1] Từ quá ngọ cho đến bữa sau, không được để đồ ăn vào miệng. Như có muốn đi đâu xa cũng không được ăn thêm. Đã ăn rồi mà có người mời ăn nữa, dù là người có quyền thế, cũng phải từ chối. Phạm vào giới này chẳng còn là sa-di nữa.

10. Sa-di trọn đời không nắm giữ các thứ tiền, vàng bạc, đồ quý giá. Không tàng trữ lương thực, các thứ quý giá. Như có người mang cho cũng đừng nhận. Nếu như có nhận thì không phải để cất giữ, mà là để phân phát cho người nghèo khó.

[1] Ăn phi thời tức là ăn sau lúc giữa trưa.

[Ngoài mười giới nói trên, vị sa-di trọn đời còn phải] thận trọng trong việc giao du, xử thế. Không được làm bạn với những kẻ kém đức. Không phải Thánh giáo thì không noi theo. Không giao thiệp, đi lại với người làm những công việc bán thịt, đi săn, ăn trộm, uống rượu, vì như vậy chỉ làm tổn hại đến đạo hạnh của mình thôi. Áo cà-sa và bình bát lúc nào cũng giữ bên thân mình. Ngoài giờ thì không ăn, việc không đúng pháp thì không nói. Trong khi đang ăn hoặc nằm nghỉ đều không trò chuyện. Chuyên cần suy nghĩ tìm hiểu ý nghĩa những điều đã học, nhớ việc cũ mà suy biết việc hiện nay. Có khi được ngồi xuống liền lo việc tham thiền, đứng dậy liền nhớ việc đọc kinh. Giữ được giới hạnh nhất nhất như vậy mới thật là đệ tử của Phật.

# PHẦN HÁN VĂN

## 沙彌十戒文

***Sa-di thập giới văn***

失譯，附東晉錄

*Thất dịch, phụ Đông Tấn lục*

沙彌之戒。盡形壽不得殘殺傷害人物。當念所生及師友恩。精進行道欲度父母。慎無慍訟。推直於人。引曲向己。蠉飛蠕動蚑行之類。無所剋傷。施恩濟乏使其得安。心念為人。言無及殺。見殺不食。聞聲不食。疑殺不食。

*Sa-di chi giới tận hình thọ bất đắc tàn sát thương hại nhân vật. Đương niệm sở sanh cập sư hữu ân tinh tấn hành đạo dục độ phụ mẫu thận vô ôn tụng thôi trực ư nhân, dẫn khúc hướng kỷ huyên phi nhu động mân hành chi loại vô sở khắc hại. Thi ân tế phạp sử kỳ đắc an. Tâm niệm vị nhân ngôn vô cập sát. Kiến sát bất thực, văn thanh bất thực, nghi sát bất thực.*

若見殺時當起慈心。誓吾得道國無殺者。草木不用慎無毀傷習弄兵仗手執利器。畜養六畜籠繫飛鳥。馳騁遊獵彈射禽獸。無得放火焚燒山林傷害眾生。無得破決湖池堰塞泒瀆。鉤釣魚網殘害水性。無得墾掘山澤耕犁田畝。修治園圃種殖五穀。有犯斯戒非沙彌也。

*Nhược kiến sát thời đương khởi từ tâm, thệ ngô đắc đạo quốc vô sát giả, thảo mộc bất dụng thận vô hủy thương, tập lộng binh trượng, thủ chấp lợi khí, súc dưỡng lục súc, lung hệ phi điểu. trì sính du lạc, đạn xạ cầm thú, vô đắc phóng hỏa phàn thiêu sơn lâm thương hại chúng sanh. Vô đắc phá quyết hồ trì yển tắc cô độc. Câu điếu ngư võng tàn hại thủy tánh. Vô đắc khẩn quật sơn trạch, canh lê điền mẫu, tu trị viên bồ chủng thực ngũ cốc. Hữu phạm tư giới phi sa-di dã.*

沙彌之戒。盡形壽不得偷盜。圭合銖兩一無欺人。心存于義口不教取。販賣僕使奴婢。借賃僮客。或有惠施一不得取。常為人說不貪之德。寧就斷手不取非財。有犯斯戒非沙彌也。

*Sa-di chi giới tận hình thọ bất đắc thâu đạo, khuê hiệp thù lưỡng nhất vô khi nhân. Tâm tồn vu nghĩa khẩu bất giáo thủ. Phản mại bộc sử nô tỳ tích nhẫm đồng khách. Hoặc hữu huệ thí nhất bất đắc thủ. Thường vị nhân thuyết bất tham chi đức, ninh tựu đoạn thủ, bất thủ phi tài. Hữu phạm tư giới phi sa-di dã.*

沙彌之戒。盡形壽不得取婦畜養繼嗣。防遠女色禁閉六情。莫睹美色。目不瞻眄。心無念婬。口無言調。華香脂粉無以近身。好聲邪色一無視聽。男女有別居。不同寺跡不相尋。無同船車俱載。逢無道談。

*Sa-di chi giới tận hình thọ bất đắc thủ phụ súc dưỡng kế tự. Phòng viễn nữ sắc, cấm bế lục tình. Mạc đổ mỹ sắc, mục bất chiêm miến. Tâm vô niệm dâm, khẩu vô ngôn điều, hoa hương chi phấn vô dĩ cận thân, hảo thanh tà sắc nhất vô thị thính. Nam nữ hữu biệt cư, bất đồng tự tích bất tương tầm, vô đồng thuyền xa câu tải, phùng vô đạo đàm.*

若持異物無察視之。遠嫌避疑。無書疏往來。假借裁割浣濯衣服及所乞求。彼若惠己亦不宜受。若欲往時必須耆年。慎無獨行。無止坐宿。寧破骨碎心焚燒身體不得為婬。雖婬劮而生垢穢。不如貞潔而死。有犯斯戒非沙彌也。

*Nhược trì dị vật vô sát thị chi, viễn hiềm tỵ nghi vô thơ sớ vãng lai, giả tích tài các, hoán trạc y phục, cập sở khất cầu bỉ nhược huệ kỷ diệc bất nghi thọ. Nhược dục vãng thời tất tu kỳ niên, thận vô độc hành, vô chỉ tọa túc. Ninh phá cốt toái tâm phần thiêu thân thể bất đắc vi dâm. Tuy dâm dật nhi sanh cấu uế, bất như trinh khiết nhi tử. Hữu phạm tư giới phi sa-di dã.*

沙彌之戒。盡形壽誠信為本。不得兩舌惡罵妄言綺語。前譽後毀證人入罪。徐言持政無宣人短。為人說法思合議理。見有諍者兩說和善。夫士處世斧在口中。所以斬身由其惡言。不慎言者非沙彌也。

*Sa-di chi giới. Tận hình thọ thành tín vi bổn, bất đắc lưỡng thiệt, ác mạ, vọng ngôn, ỷ ngữ. Tiền dự hậu hủy chứng nhân nhập tội, từ ngôn trì chánh, vô tuyên nhân đoản, vị nhân thuyết pháp, tư hiệp nghị lý, kiến hữu tranh giả lưỡng thuyết hòa thiện. Phù sĩ xử thế phủ tại khẩu trung, sở dĩ trảm thân do kỳ ác ngôn. Bất thận ngôn giả phi sa-di dã.*

沙彌之戒。盡形壽不得飲酒。無得嘗酒。無得嗅酒。亦無粥酒。無以酒飲人。無飲藥酒。無止酒舍。酒為毒水眾失之原。殘賢毀聖招致禍殃。四等枯朽去福就罪。靡不由之。寧飲洋銅。慎無犯酒。有犯斯戒非沙彌也。

*Sa-di chi giới tận hình thọ bất đắc ẩm tửu. Vô đắc thường tửu, vô đắc khứu tửu diệc vô chúc tửu. Vô dĩ tửu ẩm nhân, vô ẩm dược tửu, vô chỉ tửu xá. Tửu vi độc thủy, chúng thất chi nguyên, tàn hiền hủy thánh, chiêu trí họa ương. Tứ đẳng khô hủ, khứ phước tựu tội, mỵ bất do chi. Ninh ẩm dương đồng thận vô phạm tửu. Hữu phạm tư giới phi sa-di dã.*

沙彌之戒。盡形壽不得著華鬘香油塗身。衣趣蔽形無以文綵。食趣支命不得嗜味。不得車輿騎乘快心恣意。有犯斯戒非沙彌也。

*Sa-di chi giới tận hình thọ bất đắc trước hoa man hương du đồ thân. Y thú tế hình vô dĩ văn thể thực thú chi mạng bất đắc hám vị. Bất đắc xa dư kỵ thừa khoái tâm tứ ý. Hữu phạm tư giới phi sa-di dã.*

沙彌之戒。盡形壽不得歌舞倡伎及故往觀聽。不得吟詠歌音手執樂器。琴瑟箜篌箏笛竽笙。以亂道意。不得習弄碁局摴蒲博塞。諍於勝負，弄舞調戲。船車賈作於市販買。與百姓諍利。有犯斯戒非沙彌也。

*Sa-di chi giới tận hình thọ bất đắc ca vũ xướng kỵ cập cố vãng quan thính. Bất đắc ngâm vịnh ca âm thủ chấp lạc khí, cầm sắc không hầu, tranh địch vu sênh, dĩ loạn đạo ý. Bất đắc tập lộng kỳ cục sư bồ bác tắc, tranh ư thắng phụ lộng vũ điều hý, thuyền xa cổ tác ư thị phản mãi, dữ bách tánh tranh lợi. Hữu phạm tư giới phi sa-di dã.*

沙彌之戒。盡形壽不坐高廣大牀。無服飾珍玩高牀幃帳。不得學習奇技巫醫蠱道。時日卜筮占相吉凶。仰觀曆數推步盈虛。日月薄蝕星宿變怪。山崩地動風雨旱澇。歲熟不熟有疫無疫。一不得知不得論說。國家政事平量優劣。出軍行師攻伐勝負。有犯斯戒非沙彌也。

*Sa-di chi giới tận hình thọ bất tọa cao quảng đại sàng, vô phục sức trân ngoạn cao sàng vi trướng. Bất đắc học tập cơ kỷ vu y cổ đạo, thời nhật bốc phệ, chiêm tướng kiết hung, ngưỡng đổ lịch số, thôi bộ dinh hư, nhật nguyệt bác thực, tinh tú biến quái, sơn băng địa động, phong vũ hạn lạo, tế thục bất thục, hữu dịch vô dịch, nhất bất đắc tri bất đắc luận thuyết, quốc gia chánh sự, bình luận ưu liệt, xuất quân hành sư, công phạt thắng phụ. Hữu phạm tư giới phi sa-di dã.*

沙彌之戒。盡形壽不非時食。有犯斯戒非沙彌也。

*Sa-di chi giới tận hình thọ bất phi thời thực. Hữu phạm tư giới phi sa-di dã.*

沙彌之戒。盡形壽不捉持生像金銀寶物。無得貯畜穀糧。藏積穢寶人與不受。受則不留轉濟窮乏。

*Sa-di chi giới tận hình thọ bất tróc trì sanh tượng kim ngân bảo vật. Vô đắc trữ súc cốc lương, tàng tích uế bảo. Nhân dữ bất thọ, thọ tắc bất lưu, chuyển tế cùng phạp.*

非賢不友非聖不宗。不孝之子, 屠兒獵者, 偷盜嗜酒之徒, 志趣邪僻, 履行凶嶮, 不得交遊, 往來之藝濁虧損道行。法服應器常與身俱。非時不食, 非法不言。食則無語, 臥則無談。精勤思義, 溫故知新。坐則禪思, 起則諷誦。戒行如是, 真佛弟子。

*Phi hiền bất hữu, phi thánh bất tông. Bất hiếu chi tử, đồ nhi lạp giả, thâu đạo thị tửu chi đồ, chí thú tà tịch, phúc hành hung hiểm, bất đắc giao du, vãng lai chi nghệ, độc khuy tổn đạo hạnh. Pháp phục ứng khí thường dữ thân cụ. Phi thời bất thực, phi pháp bất ngôn. Thực tắc vô ngữ, ngọa tắc vô đàm. Tinh cần tư nghĩa, ôn cố tri tân. Tọa tắc thiền tư, khởi tắc phúng tụng. Giới hạnh như thị chân Phật đệ tử.*

# OAI NGHI CỦA SA-DI

Ngoài việc giữ trọn mười giới, vị sa-di còn phải tuân theo những khuôn phép quy định trong sinh hoạt hàng ngày ở chùa. Những khuôn phép này giúp cho người xuất gia trừ bỏ được hết những thói hư, tật xấu đã tập nhiễm lâu ngày trong cuộc sống thế tục, và giúp đào luyện một nhân cách thanh cao, thoát tục. Trong cách ứng xử, sinh hoạt hàng ngày của vị sa-di, cho đến việc đi đứng nằm ngồi, mỗi mỗi đều được quy định rõ ràng, chỉ cần nhất nhất tuân theo thì tự nhiên mọi hành vi, cử chỉ đều trở nên đoan nghiêm, từ tốn. Do vậy, nên những khuôn phép này được gọi là oai nghi của sa-di. Bản chữ Hán chúng tôi dùng ở đây là của một vị đời Đông Tấn (khoảng năm 400), đã mất tên, dịch từ tiếng Phạn sang.

Trước hết, Sa-di phải ghi nhớ tên tuổi của các vị thầy dạy. Đó là vị hòa thượng đỡ đầu cho nhập đạo, thầy yết-ma dạy lễ luật, và thầy giáo thọ[1] dạy học. Phải ghi nhớ ngày mình bắt đầu xuất gia nhập đạo, thọ trì giới luật.

Phải biết phận sự đối với vị hòa thượng, với thầy giáo thọ, lại phải học những cách lo việc chải răng súc miệng, xách nước tắm rửa, mặc áo và cởi áo, mang bình bát cho thầy, cũng như cách mang tích trượng và giày dép của thầy. Phải biết lúc nào nên hầu thầy và hầu như thế nào.

Vị sa-di lại phải biết rõ cung cách ứng xử cho phải phép theo từng lúc, từng nơi. Như khi đến những chỗ quan quyền chức việc, khi ăn chung với đại chúng hoặc khi ăn riêng, khi khất thực trong chỗ dân cư và khi trở về, khi đã quá ngọ, lúc chiều tối, hoặc khi khất thực rồi đến ngồi ăn nơi bờ sông, nơi ven đường, nơi cội cây, hoặc khi đi khất thực một mình

[1] Tức là vị a-xà-lê.

hay đi theo thầy, hoặc khi trao đổi thức ăn với nhau, khi ăn cùng một lúc với đại chúng, hoặc khi có kẻ ăn trước người ăn sau, khi ăn rồi lo việc khăn, nước và rửa bát. Tóm lại, phải rõ biết hết thảy phận sự của mình mọi lúc, mọi nơi, sao cho thích hợp. Cũng phải hiểu những phận sự khi chúng tăng giao cho làm trực nhật.

Đến khi được hai mươi tuổi, muốn xin thọ Đại giới[1] phải hiểu biết hết thảy mọi việc. Nếu các vị tỳ-kheo đức độ cho dự cuộc vấn đáp sát hạch mà trả lời không đầy đủ thì chưa được thọ giới cụ túc. Vì sao vậy? Khi làm sa-di mà không nắm hiểu hết những việc của sa-di, làm sao có thể kham nhận làm vị tỳ-kheo, vốn dĩ khó khăn, vi diệu hơn rất nhiều.

Làm vị sa-di có đức tính, những gì đã được học đều phải rõ biết, thông thuộc rồi mới nên cho thọ giới cụ túc. Làm sa-di mà không học thông thuộc các pháp của sa-di, đó là chưa thật sự biết rõ cái khổ của thân, nên chưa thuần phục được tâm ý, vậy mà lại muốn thọ giới cụ túc. Nếu như thế mà cho thọ giới cụ túc, người ta sẽ nghĩ rằng pháp Phật dễ tu, làm tỳ-kheo cũng dễ, chẳng thể hiểu được rằng đạo Phật hết sức vi diệu, việc tội phước vận hành phải nhờ có giới luật trợ giúp theo với giáo pháp, đây là việc phải kiên trì lâu ngày. Vì vậy, trước hết phải hạch hỏi. Nếu có thể y theo pháp mà trả lời đầy đủ thì cầu được Tam sư[2] cũng là chuyện dễ.

Đối với bậc thầy dạy trong đạo, sa-di phải nhớ năm điều này:

1. Phải kính trọng các thầy tỳ-kheo.
2. Không được gọi tên các thầy tỳ-kheo.

---

[1] Tức là thọ đủ giới luật của bậc tỳ-kheo, chính thức trở thành một vị tỳ-kheo. Cũng gọi là cụ túc giới.

[2] Tam sư: Hòa thượng đường đầu, Yết-ma, A-xà-lê. Người muốn thọ đại giới phải cầu được sự đồng ý của cả ba vị này.

3. Khi các thầy tỳ-kheo nhóm họp thuyết giới,[1] không được lén nghe.
4. Không được tìm hiểu những chỗ hay, dở của các thầy tỳ-kheo.
5. Khi các thầy tỳ-kheo có chỗ thiếu sót, không đúng, không được mang đi nói chỗ này chỗ kia. Giữ như vậy là oai nghi của vị sa-di.

Lại còn năm điều này nữa:

1. Không được lén lút ở nơi chỗ kín mà nói xấu các thầy tỳ-kheo.
2. Không được khinh thường các thầy tỳ-kheo, cười đùa trước mặt các thầy, bắt chước theo cách ăn nói, cách đi đứng của các thầy.
3. Thấy các thầy tỳ-kheo đi qua, phải đứng ngay dậy, trừ ra những lúc đang tụng kinh, đang ăn hoặc đang làm công việc chung.
4. Đang đi gặp thầy tỳ-kheo giữa đường, phải đứng nép qua bên lề để tránh.
5. Nếu đang chơi đùa gặp thầy tỳ-kheo đi tới, phải lập tức bỏ cuộc chơi và đến tạ lỗi. Đó là những việc vị sa-di phải làm theo.

Sa-di khi phụng sự hòa thượng, phải nhớ mười điều này:

1. Buổi sáng phải thức dậy thật sớm.
2. Trước khi vào phòng thầy, phải gõ cửa ba tiếng.[2]
3. Buổi sáng phải lo đủ đồ chải răng và nước rửa mặt.
4. Phải lo việc mang áo cà-sa và giày dép đến.

---

[1] Tức là nghi thức bố-tát, tổ chức mỗi tháng 2 lần. Các vị tỳ-kheo họp lại và tự xem xét việc trì giới của mình, rồi đọc lại giới bổn.

[2] Trong bản Hán văn là "đàn chỉ", nghĩa là khảy móng tay, cũng là cách tạo ra âm thanh để báo trước.

5. Phải lo việc rưới nước và quét dọn phòng.
6. Xếp mền gối và lau quét sạch giường chiếu.
7. Khi thầy đi vắng chưa về không được bỏ phòng thầy mà đi, khi thầy về phải ra đón, nhận áo cà-sa mang vào xếp cho thầy.
8. Khi có lỗi, hòa thượng hoặc thầy a-xà-lê quở trách, không được cãi lại.
9. Khi thầy truyền dạy điều gì, phải cúi đầu nhận lãnh, và phải luôn nhớ nghĩ đến việc làm theo lời thầy.
10. Khi có việc rời phòng thầy giây lát, phải đóng cửa lại.

Khi phụng sự thầy giáo thọ dạy học, sa-di phải nhớ năm điều này:

1. Gặp thầy a-xà-lê phải xem như gặp thầy bổn sư, không khác.
2. Không được cười đùa trước mặt thầy a-xà-lê.
3. Nếu thầy a-xà-lê có quở trách cũng không được cãi lại.
4. Nếu thầy có sai đổ ống nhổ hoặc bồn dơ,[1] không được khạc nhổ, ghê tởm.
5. Lúc chiều tối, nên xoa bóp thân thể cho thầy. Phép phụng sự thầy a-xà-lê là như vậy.

Vị sa-di phụng sự thầy, buổi sáng dậy sớm mang đồ chải răng và nước súc miệng, rửa mặt, phải nhớ mấy điều này:

1. Cây chải răng phải để ý độ dài cho thích hợp.
2. Phải nhớ đập dập một đầu.[2]
3. Chuẩn bị xong phải rửa cho thật sạch sẽ.
4. Phải đổ bỏ nước cũ trong chậu đi.

---

[1] Tức là bô đi tiêu, đi tiểu trong phòng dành cho người già, người bệnh.

[2] Ngày xưa, chải răng bằng cành dương tước ra, đập dập một đầu cho mềm rồi dùng để chà vào răng cho sạch. Ngày nay thay bằng bàn chải răng.

5. Phải lau chùi sạch sẽ bồn chứa.
6. Phải mang nước đổ vào cho đầy, không được lẫn nước dơ, không đổ vấy ra ngoài và không gây tiếng động.

Phép tắc lo việc chải răng súc miệng cho thầy là như vậy.

Lấy áo cà-sa mặc cho thầy, sa-di phải nhớ bốn điều này:

1. Phải làm một cách khoan thai, đúng phép, một tay cầm áo, một tay giăng áo ra.
2. Phải đưa lên cho vừa tầm.
3. Phải giữ nguyên chờ thầy sửa áo cho ngay thẳng.
4. Phải gài chỗ chéo phía trên vai trái cho thầy.

Phép mặc áo cà-sa cho thầy là như vậy.

Xếp áo cà-sa cho thầy, phải nhớ bốn điều này:

1. Phải xem xét kỹ bên trên, bên dưới.
2. Không được để áo chạm xuống đất.
3. Phải mang cất vào chỗ cũ.
4. Phải che đậy phía trên áo.

Phép nhận giữ áo của thầy là như vậy.

Giữ bát cho thầy, sa-di phải nhớ bốn điều này:

1. Phải rửa sạch sẽ.
2. Đặt nơi chỗ thoáng phơi cho khô.
3. Mang bát theo thầy phải hết sức cẩn thận.
4. Trong khi làm không được để gây ra tiếng động.

Phép giữ bát cho thầy là như vậy.

Giữ gậy cho thầy, sa-di phải nhớ bốn điều này:

1. Lau chùi kỹ, không để dính bụi bặm.
2. Không để chạm xuống đất gây tiếng động.

3. Khi thầy có việc đi, phải trao gậy cho thầy.
4. Khi thầy về phải nhận gậy mang đi cất. Khi cùng đi với thầy, khi đến chỗ chúng hội, hoặc khi lễ Phật, đều phải lo việc giữ gậy cho thầy.

Phép giữ gậy cho thầy là như vậy.

Giữ giày cho thầy, sa-di phải nhớ bốn điều này:

1. Phải lau chùi bụi bặm cho sạch sẽ.
2. Đưa giày cho thầy phải tuần tự từng chiếc.
3. Đưa giày xong phải đi rửa tay rồi mới lấy áo cà-sa.
4. Khi thầy ngồi xuống, phải tuần tự cởi giày ra từng chiếc. Phép giữ giày cho thầy là như vậy.

Khi có người thỉnh cùng đi thọ trai với thầy, sa-di phải nhớ bốn điều này:

1. Ngồi cách xa thầy sáu thước.[1]
2. Chờ cho thầy chú nguyện xong mới dâng bát cho thầy.
3. Không được ăn trước thầy.
4. Khi thầy ăn xong, phải đứng ngay dậy đến gần dẹp bát.

Phép tắc khi cùng thầy đi thọ trai là như vậy.

Nếu khi không cùng ăn với thầy, sa-di phải nhớ bốn điều này:

1. Phải đứng gần mà hầu thầy trong khi thầy ăn.
2. Khi thầy bảo ăn, phải đi cách xa thầy rồi mới được ngồi.
3. Phải cúi đầu lễ lạy thầy.
4. Trong khi ăn không được có những cử chỉ đùa cợt, múa máy tay chân. Ăn xong, lại phải đến gần đứng

---

[1] Thước cổ của Trung Quốc, mỗi thước bằng khoảng 0,33 mét. Như vậy, sáu thước là chừng 2 mét.

hầu thầy. Thầy có bảo ngồi mới được trở lại chỗ cũ mà ngồi.

Phép tắc khi không cùng ăn với thầy là như vậy.

Khi vào nơi xóm làng khất thực, sa-di phải nhớ bốn điều này:

1. Phải ôm bát cho thầy.
2. Phải đi theo sau thầy, nhưng không được đạp chân lên bóng thầy.
3. Khất thực xong, ra khỏi xóm làng phải dâng bát cho thầy.
4. Khi khất thực trong xóm, như muốn đi riêng một mình thì phải nói cho thầy biết.

Khi khất thực rồi, nếu cùng thầy trở về chùa để ăn, sa-di phải nhớ bốn điều này:

1. Phải đến trước mở cửa phòng thầy và dọn chỗ ngồi.
2. Rửa tay cho thầy xong mới tự rửa cho mình.
3. Dâng bát cho thầy xong, đứng chắp tay hầu thầy.
4. Phải chuẩn bị đầy đủ nước uống, khăn lau tay... các thứ.

Phép tắc khi cùng thầy trở về chùa ăn cơm là như vậy.

Khi khất thực rồi, nếu cùng thầy đến chỗ ven bờ nước để ăn, sa-di phải nhớ bốn điều này:

1. Phải tìm chỗ sạch sẽ.
2. Phải tìm cỏ mang đến trải chỗ ngồi.
3. Phải đi lấy nước rửa tay cho thầy xong, mới tự rửa tay cho mình. Xong rồi, mới dâng bát cho thầy.
4. Khi thầy bảo ăn thì phải lễ thầy rồi mới ngồi xuống ăn.

Phép tắc khi cùng thầy đến chỗ bờ nước để ăn là như vậy.

Khi khất thực rồi cùng thầy đến ăn dưới bóng cây, sa-di phải nhớ bốn điều này:

1. Treo bát lên cành cây rồi hái lá cây trải chỗ ngồi.
2. Đi múc nước rửa tay cho thầy. Như không có nước, phải lấy cỏ sạch cho thầy lau tay.
3. Lấy bát xuống dâng cho thầy.
4. Thầy ăn xong, rửa bát cho thầy. Như không có nước thì dùng cỏ sạch mà lau bát.

Phép tắc khi cùng thầy đến chỗ bóng cây để ăn là như vậy.

Khi không đi khất thực cùng với thầy, nhưng khất thực xong gặp thầy giữa đường, sa-di phải nhớ ba điều này:

1. Đặt bát xuống nơi đất sạch, đến làm lễ thầy.
2. Ước định thời gian xem đã đến giờ phải đi nhanh về chưa, hay có thể thư thả trên đường.
3. Khi đi về, ôm bát cho thầy và đi theo phía sau.

Phép tắc khi đi khất thực xong gặp thầy giữa đường là như vậy.

Việc chia sẻ thức ăn với thầy, sa-di phải nhớ hai điều này:

1. Như trong bát của thầy không có món gì ngon, phải lấy các món ngon mình có được mà dâng cho thầy. Nếu thầy không nhận, chỉ lùi lại mà đứng bên.
2. Sau đó lấy cơm trong bát của thầy ra một nửa, đặt lên một chỗ lá sạch trên đất sạch. Rồi lấy cơm và thức ăn trong bát mình ra một nửa, đặt vào bát thầy, lấy chỗ cơm của thầy đặt trở lại vào bát mình.

Phép tắc chia sẻ thức ăn với thầy là như vậy.

Việc đổi bát với thầy, sa-di phải nhớ ba điều này:

1. Nếu trong bát thầy có nhiều món ngon, trong bát mình không có, thì không được chuyển đổi.
2. Nếu thầy muốn đổi, phải chối từ.
3. Nếu thầy vẫn quyết lòng bảo đổi thì nên nhận, ăn xong rửa bát sạch và giao lại cho thầy.

Phép tắc chuyển đổi bát với thầy là như vậy.

Ngồi ăn chung đối diện với thầy, sa-di phải nhớ ba điều này:

1. Phải dâng bát cho thầy trước rồi mới được ngồi ăn.
2. Phải thường để ý xem thầy có cần thêm món chi không. Nếu có, phải đứng dậy đi lấy cho thầy.
3. Sa-di không được ăn quá nhanh, cũng không được ăn chậm đứng dậy sau thầy. Phải hỏi xem thầy cần gì nữa không. Thầy bảo dẹp bát thì mới mang đi rửa.

Phép tắc khi ngồi ăn chung với thầy là như vậy.

Khi hầu thầy ăn trước, sa-di phải nhớ ba điều này:

1. Dâng bát cho thầy xong, lui ra đứng ở chỗ khuất, lắng nghe khi thầy có gọi phải đáp ngay.
2. Phải chuẩn bị trước nước cho thầy rửa tay, để sẵn một bên.
3. Thầy ăn xong, rửa tay cho thầy rồi đứng hầu bên. Chờ thầy bảo đi ăn mới làm lễ thầy rồi đi ăn.

Phép tắc khi hầu thầy ăn trước là như vậy.

Ăn xong, khi rửa bát sa-di phải nhớ ba điều này:

1. Rửa bát cho thầy trước, rửa rồi mang đặt trên lá cây sạch.
2. Sau đó rửa bát của mình, cũng đặt trên lá cây sạch. Khi đã ráo nước, lấy bát của thầy trước, dùng tay lau sạch lần nữa rồi cất vào trong túi vải.

3. Xong rồi mới trở lại lấy bát của mình, cũng làm cho khô sạch rồi mang cất như vậy.

Phép tắc rửa bát làm cho khô ráo là như vậy.

Sau khi đã rửa bát xong, nếu thầy muốn đi viếng thăm ai đó, bảo sa-di đi về chùa một mình, phải nhớ ba điều này:

1. Phải lễ lạy thầy trước khi về chùa.
2. Đi về một mình không được vào nơi chỗ những đám đông để đùa nghịch, cười giỡn.
3. Đi thẳng về chùa lo việc học kinh.

Sống chung trong chúng tăng, sa-di phải nhớ năm điều này:

1. Phải học hỏi cho rõ biết.
2. Phải tập làm công việc chung.
3. Giúp ích cho mọi người khi cần đến.
4. Các thầy tỳ-kheo sai việc gì thì phải vâng làm.
5. Phải cầu cho khi thọ giới cụ túc được Tam sư[1] chuẩn thuận dễ dàng.

Lại còn phải nhớ năm điều này:

1. Phải thường lễ bái Phật.
2. Phải thường lễ bái chư Tăng.
3. Phải biết hỏi han các vị tôn túc trên dưới trong chúng.
4. Phải tránh chỗ ngồi của các vị thượng tọa.
5. Không được tranh giành chỗ ngồi.

Lại còn năm điều này nữa:

1. Đang ở chỗ ngồi, không được gọi người ở xa mà cười cợt, nói đùa.
2. Không được đứng lên đi ra ngoài nhiều lần.

[1] Tam sư: Ba vị thầy chính khi truyền giới, là Hòa thượng đường đầu, Yết-ma và Giáo thọ.

3. Có ai gọi tên mình, phải đứng dậy đáp ngay.
4. Phải tuân theo sự sai khiến của chúng tăng.
5. Khi thầy chấp sự[1] sai bảo việc gì, phải về báo cho thầy mình biết.

Phép tắc sống chung trong chúng tăng là như vậy.

Khi được giao làm trực nhật, sa-di phải nhớ năm điều này:

1. Phải giữ gìn đồ dùng chung của chúng tăng.
2. Không được làm việc gì choán giữa đường đi.
3. Làm việc chưa xong không được giữa chừng bỏ đi.
4. Nếu các thầy hòa thượng, a-xà-lê có việc gọi, không được tự ý đến ngay, phải báo với thầy chấp sự.
5. Mọi việc phải vâng theo lời chỉ dạy của thầy chấp sự, không được sai phạm.

Phép tắc làm trực nhật là như vậy.

Khi đi hái rau, sa-di phải nhớ năm điều này:

1. Hái rau phải chừa gốc.[2]
2. Phải sắp bó rau cho bằng một đầu.
3. Không được để lẫn lá xanh, lá úa.
4. Rửa rau phải thay nước ba lần, xong rồi cầm bó rau mà rảy mạnh ba lần cho ráo nước.
5. Làm xong mọi việc rồi, phải quét dọn sạch chỗ làm.

Lại còn năm điều này nữa:

1. Không được lén lấy đồ dùng chung của chúng tăng.
2. Nếu muốn dùng đến món đồ nào, phải hỏi thầy chấp sự.

---

[1] Có nơi gọi là tri sự.

[2] Tuy hái rau nhưng không diệt mất sự sống của cây, để cho vẫn còn đâm chồi mới được.

3. Phải gắng hết sức mà làm công việc chung của chúng tăng.
4. Trong nhà ăn, phải quét dọn trước rồi mới trải khăn lên bàn.
5. Hai buổi sáng chiều phải lo quét dọn nhà tiêu, xách nước đổ vào và đổ tro trên hầm tiêu.[1]

Đi gánh nước, sa-di phải nhớ mười điều này:

1. Tay dơ không được đi lấy nước, phải rửa tay sạch trước.
2. Thả gàu xuống giếng múc nước không được thả mạnh giữa giếng phát ra tiếng động.
3. Phải thả xuống từ từ, không được khua mạnh sang hai bên làm phát ra tiếng động.
4. Khi kéo nước lên không được thòng đầu dây trở lại xuống giếng gây tiếng động.
5. Không được để dây trên thành giếng.
6. Không được bỏ gàu xách nước vào trong nồi nấu ăn.
7. Không được để gàu dưới đất.
8. Phải rửa gàu cho sạch.
9. Khi gánh nước, phải đi chậm chậm.
10. Đặt xuống nghỉ phải chọn chỗ khuất vắng, không được choán giữa đường đi.

Khi rửa nồi nấu ăn, sa-di phải nhớ năm điều này:

1. Trước hết phải rửa sạch trên miệng nồi.
2. Sau đó rửa phía trong từ trên xuống dưới.
3. Rửa nơi hông nồi.
4. Rửa dưới đáy nồi.
5. Phải rửa qua ba nước.

---

[1] Nhà chùa dùng hố xí đổ tro lên trên sau mỗi lần đi tiêu để làm sạch.

Thổi lửa trong nhà bếp, sa-di phải nhớ năm điều này:

1. Không được ngồi xổm thổi lửa.
2. Không được đun củi tươi.
3. Không được đun củi ướt.
4. Không được đun củi mục.
5. Không được dùng nước mà tưới cho tắt lửa.

Khi quét rác, sa-di phải nhớ năm điều này:

1. Phải quét thuận theo chiều gió.
2. Phải rưới nước trên đất cho đều, không để chỗ nhiều chỗ ít.
3. Đừng làm nước văng lên dơ bốn phía vách.
4. Không giẫm đạp lên chỗ đất ướt.
5. Quét xong phải hốt rác ngay và mang đổ đúng nơi.

Trong khi chúng tăng đang ăn, sa-di có quét rác phải nhớ năm điều này:

1. Phải quay lưng đi lui mà quét theo hàng ghế ngồi của chúng tăng.
2. Không được quét hất lên cao.
3. Quét qua một khoảng sáu người ngồi thì gom rác lại một chỗ.
4. Phải quét cho thật sạch hết rác.
5. Sau cùng thì tự tay hốt rác mang đổ nơi khác.

Khi cầm bình xối nước cho chúng tăng rửa tay, sa-di phải nhớ năm điều này:

1. Khi cầm bình phải dùng hai tay, một tay trên, một tay dưới, xối một chỗ không được di chuyển qua lại.
2. Khi xối phải đứng gần, phía trước, bên trái, cầm chắc bình và nhìn chăm chú.
3. Xối nước không được nhiều quá hoặc ít quá, xối vừa đủ đúng vào giữa lòng hai bàn tay chụm lại.

4. Phải giữ miệng bình cao hơn bàn tay người rửa vừa đúng bốn tấc.[1] Nếu nước còn trong bình không đủ cho một người rửa thì không xối nữa, phải đi lấy thêm.
5. Khi xong việc, phải rửa tay sạch rồi mới được trở lại mặc áo cà-sa.

Sa-di cầm thau hứng nước chúng tăng rửa tay, phải nhớ năm điều này:

1. Không được khua thau làm phát ra tiếng động.
2. Phải dùng cả hai tay mà cầm cho chắc chắn, đứng phía bên trái.
3. Cầm thau phải tùy theo người rửa tay mà để cho vừa vặn, không cao quá hoặc thấp quá, không được quay nhìn hai bên, phải chăm chú vào việc mình làm.
4. Khi nước trong thau vừa đầy phải mang đi đổ, không được để tạt ra ngay trước mặt người.
5. Khi xong việc, phải rửa tay sạch rồi mới được trở lại mặc áo cà-sa.

Sa-di cầm khăn cho chúng tăng lau tay phải nhớ năm điều này:

1. Phải cầm bằng hai tay, tay trái cầm đầu dưới thấp, tay phải cầm đầu trên cao.
2. Đứng cách người lau tay chừng ba thước[2] và đừng đụng vào đầu gối của người ấy.
3. Không được đưa khăn ngang mặt người.
4. Khi người lau chưa xong, chưa được lấy khăn đi. Khi lau xong, trả khăn lại cho từng người hoặc mang treo vào nơi chỗ cũ.
5. Khi xong việc, phải rửa tay sạch rồi mới được trở lại mặc áo cà-sa.

---

[1] Bốn tấc xưa, chỉ là chừng chưa đến 15 cm.

[2] Ba thước cổ, ước chừng 1 mét.

Trông coi giày dép cho chúng tăng, sa-di phải nhớ năm điều này:

1. Mang giày dép của chúng tăng ra ngoài phủi cho sạch bụi bặm khi mọi người còn ngồi bên trong.
2. Bắt đầu từ giày dép của vị thượng tọa trước.
3. Khi mọi người rửa tay rồi, sa-di phải mang đến để mỗi người tự nhận lấy giày dép của mình.
4. Khi mang giày vào phải chú ý không để lộn bên.
5. Khi xong việc, phải rửa tay sạch rồi mới được trở lại mặc áo cà-sa.

Khi rửa bát, sa-di phải nhớ bảy điều này:

1. Khi trong bát còn cơm thừa, không được để vậy mà rửa.
2. Muốn đổ bỏ đi, phải chọn nơi đất sạch.
3. Phải dùng loại nước làm sạch[1] để rửa hoặc lấy búi cỏ chà cho sạch.
4. Rửa bát không được rửa ở nơi kín đáo, phải gần chỗ có người qua lại.
5. Phía dưới chỗ rửa bát phải trải nhánh cây cho khỏi văng đất.
6. Phải rửa nhiều nước cho sạch, nhưng không được đổ nước ra xa làm vấy dơ người.
7. Khi đổ nước trong bát ra, phải để bát cách đất bốn tấc,[2] không được cao hơn hoặc thấp hơn.[3]

Khi lau bát, sa-di phải nhớ năm điều:

1. Phải rửa sạch trước rồi mới lau cho khô.

[1] Ngày xưa thường dùng tro ngâm nước để làm chất nước rửa bát cho sạch.

[2] Đây là tấc cổ, mỗi tấc chỉ bằng 3,3 cm.

[3] Nếu cao quá thì e nước làm xói đất, nếu thấp quá thì văng đất lên bát.

2. Phải dùng khăn sạch.

3. Phải lau kỹ cho khô phía trong bát trước.

4. Đã lau bên ngoài rồi thì không được lau trở lại bên trong lần nữa.

5. Bát đã lau khô phải lấy khăn sạch mà che phủ lên.

Mang túi xách theo hầu thầy đi thọ trai chung với chúng tăng, khi giữ bát sa-di phải nhớ năm điều:

1. Không được đặt xuống đất.

2. Không được khua bát gây ra tiếng động.

3. Không được bỏ cây tăm xỉa răng vào trong bát.

4. Khi có người đến bày bàn, không được để bát lên mặt bàn.

5. Không được đứng phía sau đưa bát cho người, phải đứng ngay ngắn phía trước, cũng không được chen lấn với người khác. Khi thấy thầy ăn xong, phải đứng dậy đến lấy bát ngay rồi mới trở lại chỗ ngồi.

Phép tắc giữ bát cho thầy là như vậy.

Thầy sai đến viếng người khác, sa-di phải nhớ bảy điều này:

1. Thẳng đường mà đi ngay đến nơi, không được ghé qua nơi nào cả.

2. Thẳng đường mà về, không được ghé vào đâu cả.

3. Phải nhớ đúng lời nhắn của thầy và lời phúc đáp của người ấy.

4. Không được đi rong chơi đây đó.

5. Dù người có lưu giữ cũng không được ở lại ngủ đêm.

6. Không được có ý bàn bạc, nhận xét về lời nhắn của thầy.

7. Khi đi ngoài đường, phải giữ đúng phép tắc.

Sa-di không được vào phòng của các thầy tỳ-kheo, trừ ra có ba nguyên do:

1. Nếu thầy hòa thượng hoặc thầy giáo thọ sai đến thì được.
2. Nếu vào để làm công việc thì được.
3. Nếu muốn vào để hỏi nghĩa kinh thì được.

Sa-di vào phòng một vị tỳ-kheo, phải nhớ bảy điều này:

1. Phải khảy móng tay thành tiếng báo hiệu ba lần.[1]
2. Không được đứng ngay lối ra, hoặc đứng che mất ánh sáng.
3. Không được nói lan man chuyện người khác.
4. Hai tay phải chắp lại theo đúng phép tắc.
5. Như thầy tỳ-kheo bảo ngồi, không được ngồi tréo chân.
6. Không được cãi cọ hay nói nghịch.
7. Không được đứng ngay trước mặt người. Khi trở ra, phải quay lại rồi đi tới, không được đi thụt lùi.

Khi một mình đi xa, sa-di phải học ba điều này:

1. Như người ta hỏi thầy mình tên gì,[2] phải biết mà trả lời.
2. Như người ta hỏi thầy mình thọ giới tỳ-kheo được bao lâu, cũng phải biết mà trả lời.
3. Như người ta hỏi thầy mình quê quán ở đâu, cũng phải biết mà trả lời.

Lại như người ta muốn hỏi những điều như vậy về thầy giáo thọ, cũng phải biết mà trả lời.

---

[1] Nguyên văn là "đàn chỉ", nghĩa là khảy móng tay, để phát ra âm thanh gợi sự chú ý.

[2] Tức là vị hòa thượng bổn sư.

Lại như người ta hỏi về bản thân mình, hỏi thọ giới sa-di lúc nào, thì phải nhớ cho rõ năm, tháng, ngày, giờ mình vào đạo.

Khi vào nhà tắm chung, sa-di phải nhớ năm điều này:

1. Cúi đầu xuống mà đi vào.
2. Không được đến gần các vị thượng tọa.
3. Các vị thượng tọa đang đọc chú,[1] không được nói chuyện ồn.
4. Không được chơi trò tạt nước lẫn nhau.
5. Không được lấy nước để tạt cho tắt lửa.

Lại phải nhớ năm điều này:

1. Không được bàn luận, cãi cọ.
2. Không được làm bể chậu tắm.
3. Không được dùng nước hoang phí.
4. Không được làm đổ xà-phòng, dầu gội trong bồn nước.
5. Phải tắm nhanh mà ra, không được giặt đồ trong nhà tắm.

Khi vào nhà tiêu, sa-di phải nhớ mười điều này:

1. Biết mình cần đi tiêu hoặc đi tiểu thì nên đi ngay.
2. Khi đi chỉ nhìn thẳng, không được ngoái nhìn qua hai bên.
3. Đến nơi đứng trước cửa khảy móng tay thành tiếng ba lần.[2]
4. Khi trong cầu có người, không được hối thúc.

---

[1] Trong khi tắm, vị tỳ-kheo đọc chú để nhiếp tâm.

[2] Làm như vậy để xem bên trong có người hay không. Nguyên văn là "đàn chỉ", nghĩa là khảy móng tay, nhằm tạo ra âm thanh để gây sự chú ý. Có thể thay bằng tiếng hắng giọng, hoặc gõ cửa.

5. Đã lên ngồi trên bồn cầu rồi, lại phải búng móng tay ba lần.[1]
6. Khi đi tiêu đừng rặn lớn tiếng.
7. Không được cúi đầu xuống mà nhìn bộ phận sinh dục.
8. Không được quậy xốc tro trong hầm lên.
9. Không được rảy nước lên vách tường.
10. Đi tiêu xong phải rửa tay. Chưa rửa tay không nên cầm vào vật gì cả.

Lại còn phải nhớ năm điều này:

1. Không được khạc nhổ lên vách tường trước mặt.
2. Không được liếc mắt nhìn sang hai bên.
3. Không được dùng vật gì để vẽ hình trên vách tường hay trên mặt đất.
5. Không được ngồi lâu trên hố xí, phải nhanh chóng đi xong ra ngay. Khi đi về, như có gặp ai cũng không nên làm lễ, chỉ đứng nép qua để tránh đường là được rồi.

Khi thầy dặn bảo, sa-di phải nhớ hai điều:

1. Không được lên tiếng cãi lại.
2. Không được tự làm theo ý mình.

Khi lễ lạy thầy, sa-di phải nhớ mười điều này:

1. Thầy đang gội đầu không nên làm lễ.
2. Thầy đang ngồi thiền không nên làm lễ.
3. Thầy đang đi kinh hành không nên làm lễ.
4. Thầy đang ăn không nên làm lễ.
5. Thầy đang giảng kinh không nên làm lễ.

[1] Để báo cho bên ngoài biết là đang có người bên trong. Có bản chú là để cho loài phi nhân trong nhà xí biết.

6. Khi gặp thầy nhưng không đứng ngay trước mặt thì không nên làm lễ.
7. Thầy đang chải răng không nên làm lễ.
8. Muốn vào phòng thầy làm lễ, phải gõ cửa phòng ba tiếng. Thầy không trả lời thì nên rời đi.
9. Khi làm lễ không được đứng cách xa thầy quá bảy bước.
10. Khi cửa phòng thầy mở, nên vào làm lễ thầy.

Sáng sớm vào phòng thầy phải nhớ năm điều này:

1. Xếp dọn ngay ngắn mùng mền chiếu gối.
2. Mang ống nhổ (hoặc bô vệ sinh) đi đổ.
3. Quét phòng cho sạch.
4. Hỏi thầy nghĩa kinh.
5. Mang đồ dùng cho thầy.

Xếp ba tấm y của thầy, phải nhớ năm điều này:

1. Không được đứng trước mặt thầy mà xếp.
2. Phải đứng nép qua bên trái.
3. Phải chú ý phân biệt bề mặt, bề trái.
4. Không được xếp ngược chiều.
5. Phải mang cất vào đúng nơi.

Khi theo thầy đến nhà ai, sa-di phải nhớ năm điều này:

1. Phải chú ý, không được đi lố qua khỏi nhà người ấy.
2. Không được dừng trên đường đi để nói chuyện với người khác.
3. Khi đi, một mực nhìn thẳng, không được quay nhìn sang hai bên.
4. Phải cúi đầu xuống đi theo sau thầy.
5. Khi đến nhà người rồi, đứng nép một bên thầy, khi nào thầy bảo ngồi mới được ngồi.

Lo những đồ cần dùng cho thầy, sa-di phải nhớ năm điều này:

1. Chuẩn bị cây chải răng.
2. Chuẩn bị nước súc miệng hoặc xà-phòng.
3. Không được dùng nước cũ trong chậu.
4. Phải đi lấy nước mới đổ vào.
5. Lấy khăn cho thầy dùng xong phải giặt sạch.

Khi đi tắm rửa, sa-di phải nhớ năm điều này:

1. Không được quay về phía tháp.
2. Không được quay về phía thầy hòa thượng.
3. Không được quay về phía thầy giáo thọ.
4. Phải tìm chỗ kín đáo.
5. Phải tự xách nước tắm rửa, không được dùng nước do người khác mang đến sẵn.

Khi chiều tối vào phòng thầy, phải nhớ năm điều này:

1. Quét dọn cho sạch giường thầy.
2. Soạn sửa mùng mền, chiếu gối.
3. Mang ống nhổ (hoặc bô vệ sinh) vào cho thầy.
4. Thắp đèn lên cho sáng.
5. Khi thầy bảo đi nghỉ thì đi ra, nhớ khép cửa phòng lại sau lưng.

Sa-di theo thầy học kinh phải nhớ năm điều này:

1. Sửa lại y phục cho ngay ngắn, nghiêm chỉnh.
2. Phải chấp hai tay làm lễ thầy.
3. Không được đứng ngay phía trước mặt thầy.
4. Hai chân phải thẳng, không được dạng ra.
5. Lưng hơi cúi xuống một chút.

Khi mặc ba tấm y vào cho thầy, sa-di phải nhớ năm điều này:

1. Phải rửa tay cho sạch.
2. Trước hết mặc tấm y an-đà-vệ, tức là áo lót ở trong cùng.
3. Kế đến mặc tấm y uất-đa-la-tăng.
4. Cuối cùng mới mặc tấm y tăng-già-lê ở ngoài cùng.
5. Xong rồi lấy khăn đưa cho thầy.

Khi rửa bát, sa-di phải nhớ năm điều này:

1. Phải lấy nước tro mà rửa.[1]
2. Hoặc dùng xà-phòng hay chất tẩy rửa khác.[2]
3. Khi rửa, để bát cách mặt đất bảy tấc.[3]
4. Không được gây tiếng động. Phải thay nước ba lần và đổ nước đúng chỗ, không được đổ tràn ra đất.
5. Rửa xong phơi bát cho khô ráo.

Khi quét rác, sa-di phải nhớ năm điều này:

1. Không được quay lưng về phía thầy.
2. Không được quét ngược gió.
3. Phải quét kỹ cho sạch sẽ.
4. Quét xong không được để lại dấu chân.
5. Vừa quét xong phải hốt rác đi đổ ngay.

Theo thầy đến nhà của thí chủ,[4] sa-di phải nhớ năm điều này:

---

[1] Ngày xưa dùng nước ngâm tro thay xà-phòng.

[2] Nguyên văn là “tháo đậu”, là chất dùng để làm sạch như nước ngâm tro... Ngày nay thay bằng xà-phòng.

[3] Bảy tấc xưa, tức là khoảng 25 cm.

[4] Là những người cư sĩ tại gia thường phát tâm cúng dường chư tăng.

1. Phải mang bát cho thầy.
2. Phải mang khăn cho thầy.
3. Đến nơi phải gõ cửa.
4. Vào nhà thí chủ rồi phải lấy nước sạch mà rửa bát.
5. Khi thầy đã ngồi thì đến dâng khăn, dâng bát cho thầy, rồi mới lui lại ngồi nơi chỗ của mình.

Đi vào phòng tắm, sa-di phải nhớ năm điều này:

1. Không được vào trước thầy.
2. Vào trong rồi, không được đứng trước chỗ ngồi của thầy.
3. Thầy chưa xối nước trước, phải đợi.
4. Cởi áo bày lưng trần phải xin phép thầy.
5. Nếu tắm xong, có thể mặc áo vào trước.

Phép tắc oai nghi cũng như việc thăm hỏi thầy hai buổi sáng chiều phải nhớ mười ba điều này:

1. Phải dậy sớm, súc miệng sạch sẽ.
2. Phải chỉnh đốn y phục cho ngay ngắn, tề chỉnh.
3. Trước hết phải thưa hỏi sức khỏe của thầy.
4. Như thầy muốn đi ra, phải chuẩn bị đủ các món cần thiết cho thầy.
5. Đi theo sau không được dẫm đạp lên dấu chân thầy.
6. Muốn vào phòng thầy, phải đứng bên ngoài mà gõ cửa ba lần, chờ thầy lên tiếng rồi mới được vào.
7. Khi lễ bái đầu và mặt đều phải sát đất.
8. Nếu thầy có bảo ngồi xuống, phải khước từ ba lần rồi mới nên ngồi.
9. Khi ngồi phải cho nghiêm trang.
10. Nếu thầy có hỏi phải tùy câu hỏi mà đối đáp rõ ràng.
11. Nếu thầy không nói gì thì chỉ được ngồi yên lặng.

12. Khi xong việc muốn lui ra cũng phải lễ bái như lúc mới đến.
13. Ra khỏi phòng thầy rồi phải xoay người mà đi thẳng về.

Khi rửa bình chứa nước cho thầy, sa-di phải nhớ mười lăm điều này:

1. Phải rửa kỹ cho thật sạch.
2. Rửa xong phải mang cất vào đúng chỗ.
3. Phải xách nước sạch đổ vào đầy bình.
4. Không được dùng nước cũ còn lại.
5. Phải chuẩn bị nhành dương cho thầy.
6. Khi bẻ nhành dương, phải theo đúng như phép tắc.
7. Khi rửa bình phải để cách đầu gối mình một thước.[1]
8. Khi cầm bình phải dùng cả hai tay. Tay trái nắm phía trên, tay phải đỡ bên dưới bình.
9. Xối nước rửa vừa phải, không quá nhiều hoặc quá ít.
10. Không được va chạm gây ra tiếng động.
11. Khăn của thầy phải để đúng chỗ thường ngày.
12. Khi lấy khăn dâng cho thầy phải dùng hai tay. Tay trái cầm khăn, chuyển sang tay mặt mà dâng cho thầy.
13. Muốn đổ bỏ nước dơ cũng phải mang đổ đúng chỗ.
14. Không được tạt nước ra chỗ đất sạch.
15. Khăn dùng xong phải cất lại đúng vào chỗ cũ.

Buổi sáng sa-di quét dọn giường chiếu và phòng thầy phải nhớ tám điều:

1. Thường quay về phía thầy.
2. Không được quay lưng đi lui.

[1] Một thước xưa, bằng khoảng 33cm.

3. Rưới nước để quét phải nhẹ tay và đều đặn, chẳng để có chỗ nhiều chỗ ít.
4. Dùng đồ hốt bụi phải để quay vào phía mình.
5. Hốt bụi dơ đi đổ phải đúng chỗ.
6. Phải phủi, quét cho thật sạch giường, chiếu.
7. Phải xếp gọn mền, chiếu, y phục cho ngay ngắn.
8. Phủi bụi trên giường thầy không được gây ra tiếng động.

Hầu thầy ăn cơm, sa-di phải nhớ mười bốn điều.

1. Phải chuẩn bị khăn sạch cho thầy.
2. Bước đến dâng bát cho thầy phải đặt cả hai tay đỡ phía dưới bát mà dâng lên.
3. Phải từ phía trước mà đi ngay ngắn đến chỗ thầy.
4. Phải quỳ xuống mà dâng lên.
5. Đang đi đến chỗ thầy không được dừng lại cười nói với người khác.
6. Không được gây tiếng ồn.
7. Các món dâng cho thầy ăn uống đều phải chú ý xem có quá nóng hoặc quá lạnh hay chăng.
8. Phải giữ cho mọi thứ đều sạch sẽ, tinh khiết.
9. Nếu có món nào nhiều phải phân cho đều.
10. Phải đứng hầu thầy nơi chỗ quen thuộc hàng ngày.
11. Phải giữ gìn cử chỉ nghiêm trang.
12. Khi thầy ăn xong, việc thu dọn phải làm thật nhẹ nhàng, từ tốn.
13. Lần lượt theo thứ tự mà dọn dẹp.
14. Dẹp rửa đồ dùng phải theo đúng phép tắc thông thường.

Lấy y và giày dép cho thầy, sa-di phải nhớ mười điều:

1. Tay trái nắm phần trên, tay phải nắm phần dưới.
2. Phải quỳ mà dâng lên cho thầy.
3. Khi xếp áo cà-sa không được dùng miệng mà ngậm chéo áo.
4. Trong khi làm không được khua mạnh gây tiếng động.
5. Khi thầy dùng xong phải mang y cất đúng chỗ như thường lệ.
6. Phải dùng khăn che phủ lên trên.
7. Lấy giày dép cho thầy, trước hết phải gõ nhẹ cho rơi hết bụi bặm.
8. Nhưng không được làm mạnh gây tiếng ồn lớn.
9. Đặt xuống đất phải cho ngay ngắn.
10. Khi thầy dùng xong phải mang cất lại chỗ cũ.

Sa-di nhận bát và rửa bình cho thầy, phải nhớ tám điều:

1. Trước hết phải lau cho sạch.
2. Phải dùng cả hai tay mà đỡ bên dưới.
3. Phải quỳ mà nhận bát do thầy đưa.
4. Khi rửa phải dùng chất làm sạch.[1]
5. Giữ bát trong tay mà rửa.
6. Như có việc gấp phải đi thì nên đi trong buổi sáng.
7. Như có lửa có thể dùng hơ cho khô.
8. Sau đó phải mang cất tất cả vào chỗ cũ thường ngày.

Sa-di nhận gậy của thầy phải nhớ bảy điều:

1. Phải lau chùi cho sạch.
2. Không được chống gậy thầy xuống đất.
3. Không được dùng gậy thầy để chỉ trỏ đùa nghịch.
4. Không được gây tiếng động.

[1] Như nước tro, xà-phòng...

5. Phải dùng hai tay mà nâng gậy lên khi trao cho thầy.
6. Phải quỳ mà dâng lên.
7. Thầy dùng xong phải mang cất vào chỗ cũ.

Sa-di hầu thầy gội đầu phải mặc pháp y và nhớ mười hai điều này:

1. Phải đứng hầu một cách cung kính, làm những việc thầy sai bảo.
2. Có làm gì phải để ý xem cho phù hợp với thời tiết nóng hay lạnh.
3. Phải dọn rửa sạch sẽ nhà tắm.
4. Phải chuẩn bị đủ nước sạch.
5. Phải chuẩn bị dầu gội hoặc xà-phòng.
6. Phải chuẩn bị khăn sạch.
7. Phải chuẩn bị lò lửa cho thầy hơ khi trời lạnh.
8. Phải đứng nghiêm mà hầu bên ngoài, không để cho ai vào.
9. Nếu thầy cạo tóc, phải mang đi đổ đúng chỗ.
10. Như pháp y có bị ướt, phải đợi cho khô.
11. Như có việc gấp cần đi, phải giao phó cho người khác, chẳng được tự tiện bỏ đi.
12. Khi xong việc phải mang cất mọi thứ vào chỗ cũ.

Dâng hương hoa cúng Phật, sa-di phải nhớ bảy điều này:

1. Lau chùi lư hương cho sạch sẽ.
2. Lấy hoa cũ ra bỏ đi.
3. Cho một ít lửa than vào lư hương.
4. Mang hương và hoa cúng Phật bày lên trên tòa trước hết.

5. Cầm cây hương mà đưa thì hai bàn tay phải cách nhau năm tấc.[1]
6. Không được tự mình đốt hương.
7. Xong việc phải dọn dẹp mọi thứ, cất về chỗ cũ.

Thắp đèn trên bàn thờ Phật, sa-di phải nhớ tám điều này:

1. Lấy tim đèn cũ bỏ ra.
2. Chải và chùi ống khói với bình đèn cho sạch.
3. Châm dầu vào cho vừa đầy.
4. Lấy tim đèn sạch thay vào.
5. Đừng để tắt đèn.
6. Buổi sáng, khi thức dậy thì vào xem chừng.
7. Như dầu gần hết thì đem đèn ra ngoài mà châm thêm, để cho vững vàng và đừng cho ngọn lửa gần dầu.
8. Làm xong thì đem để vào đúng chỗ cũ.

Khi hái hoa cúng Phật hay bẻ cành dương, phải nhớ chín điều này:

1. Nếu là nơi có chủ, phải xin phép trước.
2. Như là nơi không có chủ thì đọc chú cầu nguyện trước.
3. Hái hoa hay bẻ cành dương không được làm hại đến gốc, rễ.
4. Phải theo đường thẳng mà đi về cho nhanh.
5. Giữa đường không được chơi đùa, trò chuyện.
6. Như có người trách mắng, phải thận trọng nhẫn nhục, không được to tiếng với người.
7. Cúi đầu xuống mà tự chế ngự mình, không để sanh lòng nóng giận.

---

[1] Tấc cổ, bằng khoảng 3,3cm.

8. Nếu muốn dâng hoa, phải dâng lên vị thượng tọa trước.
9. Phải lựa bỏ những hoa khô héo.

Sa-di làm việc gì cũng không được tự theo ý mình, phải nhớ mười tám điều này:

1. Hoặc đi hoặc về, đến những nơi nào, đều phải thưa trước với thầy.
2. Nếu đi ra và ngủ đêm ở ngoài, phải thưa trước với thầy.
3. Nếu may áo cà-sa mới, phải thưa trước với thầy.
4. Muốn mặc áo cà-sa mới, phải thưa trước với thầy.
5. Muốn giặt áo cà-sa, phải thưa trước với thầy.
6. Muốn cạo tóc, phải thưa trước với thầy.
7. Như có bệnh muốn dùng thuốc, phải thưa trước với thầy.
8. Muốn làm việc chung trong chúng tăng, cũng phải thưa trước với thầy.
9. Muốn giữ riêng bút, giấy viết, phải thưa trước với thầy.
10. Tụng kinh, tán kệ phải thưa trước với thầy.
11. Có ai cúng dường vật chi, phải thưa trước với thầy rồi mới được nhận.
12. Muốn đem vật chi mà cho ai, cũng phải thưa trước với thầy, thầy đồng ý mới được cho.
13. Có ai muốn mượn vật chi, phải thưa trước với thầy, thầy đồng ý mới được cho mượn.
14. Muốn mượn của ai món chi, phải thưa trước với thầy, thầy đồng ý mới được mượn.
15. Muốn thưa với thầy điều chi, phải nên sửa sang

y phục cho tề chỉnh, làm lễ thầy rồi mới được thưa chuyện.

16. Thưa chuyện xong, dù thầy có đồng ý hay không, cũng phải cung kính làm lễ rồi mới được lui ra.
17. Phải trình bày rõ ràng với thầy những gì mình muốn biết.
18. Không được có ý giận thầy và không nên đối đáp lại.

Theo thầy đi ra ngoài, trước sau phải nhớ mười sáu điều này:

1. Y phục phải chỉnh tề.
2. Phải để ý đến lời nói của mình, đối đáp rõ ràng với người khác, phải mang gậy và khăn cho thầy.
3. Đi theo sau thầy.
4. Không được dẫm lên bóng thầy.
5. Không được lấy gậy của thầy đùa giỡn chạy trước.
6. Giữa đường không được dừng lại nói chuyện với người khác.
7. Không được nói lỗi của thầy.
8. Nếu thầy bảo về phải theo đường cũ mà về.
9. Phải nhớ làm theo lời dặn của thầy.
10. Phải nhanh chóng không được trì trệ.
11. Nếu thầy dạy ở lại vì người đàn việt mà giảng kinh, phải lễ lạy thầy mà vâng theo.
12. Khi chiều xuống phải lo mà về.
13. Không được ở đêm lại.
14. Khi về muốn làm lễ để thưa hỏi chuyện thì trước phải chỉnh đốn y phục.
15. Lễ lạy thầy, đầu và mặt phải cúi sát đất.

16. Phải lễ lạy thầy theo đúng phép tắc.

Khi thầy sai đi một mình đến viếng nhà có người đau hay người chết, phải nhớ chín điều này:

1. Khi đến nhà rồi, đi đứng phải giữ oai nghi phép tắc, có chỗ dọn riêng cho mình thì ngồi, nếu không thì không ngồi.
2. Phải quan sát kỹ lưỡng chỗ ngồi, chiếu trải, không phạm vào phép tắc.
3. Như người có hỏi nghĩa kinh, phải tùy thời thích hợp mà giải đáp.
4. Không phải lúc thích hợp không nên thuyết giảng.
5. Khi chủ nhà dọn cơm, tuy là không đúng giờ, khi ăn cũng không được để mất oai nghi phép tắc.
6. Nên cố gắng trở về chùa cho kịp trong ngày.
7. Không được đi trong lúc đêm tối.
8. Nếu gặp phải lúc có bệnh, hoặc mưa to gió lớn thì có thể châm chế.
9. Khi đã về chùa phải giữ theo phép tắc như cũ.

Nếu trong khi đi đường bất ngờ gặp thầy, phải nhớ sáu điều:

1. Phải chỉnh đốn y phục cho ngay ngắn.
2. Phải cởi giày dép ra.
3. Khi làm lễ phải lạy sát nơi chân thầy.
4. Gặp thầy rồi phải đi theo sau thầy.
5. Nếu ý thầy muốn chia tay, phải làm lễ thầy rồi vâng theo.
6. Tuy là không cùng đi theo thầy, phép tắc vẫn phải giữ như thường.

Khi ăn cơm chung với chúng tăng, phải nhớ mười sáu điều:

1. Nghe tiếng kiền chùy,[1] lập tức phải chỉnh sửa lại y phục cho ngay ngắn.
2. Phải nhanh chóng cởi giày dép đến đứng dưới tháp Phật.
3. Phải đứng cho ngay ngắn, nghiêm trang.
4. Nếu cùng đi theo sau thầy, đến rồi phải đứng ngay ngắn, không được tùy tiện cười nói đùa cợt.
5. Khi các bậc trưởng thượng đọc kinh chú, phải cung kính không được để mất lễ nghi.
6. Trước khi bắt đầu ăn phải quan sát phía trên, phía dưới mình.
7. Không được ngồi ăn phía trước chúng tăng, cũng không được ở phía sau.
8. Không được lớn tiếng khen chê thức ăn ngon dở.
9. Không được ăn miếng quá lớn hoặc quá nhỏ.
10. Khi ăn cẩn thận đừng để nấc, nghẹn lớn tiếng.
11. Không được khua động trong bát gây tiếng động lớn.
12. Không được gõ xuống mặt bàn.
13. Khi ăn không được mong cầu phần mình được nhiều.
14. Không được gắp thức ăn của mình cho riêng người khác hoặc bỏ cho chó ăn.
15. Có người mang thêm thức ăn đến không được nói là mình không cần dùng.
16. Nếu đã no rồi, nên lấy tay che bát lại để từ chối.

Khi đến chỗ chúng tăng thuyết kinh, phải nhớ mười ba điều, dù chỗ hội thuyết kinh ấy là nơi nóng hoặc mát.

---

[1] Nhà chùa dùng kiền chùy để đánh lên báo hiệu các giờ giấc, công việc chung trong chùa, như giờ cơm, giờ nghỉ...

1. Chỉnh sửa y phục cho ngay ngắn.
2. Phải đứng ngay ngắn, nhìn thẳng phía trước.
3. Không được giữa đường cùng người khác cười nói.
4. Phải lần lượt lễ bái những bậc trưởng thượng đáng tôn kính.
5. Tùy chỗ thuận tiện mà ngồi, không được có ý chọn lựa.
6. Trên tòa chưa thuyết kinh chưa được ngồi xuống.
7. Khi ngồi xuống phải ngồi cho ngay ngắn, trang nghiêm.
8. Thận trọng không được nói năng bừa bãi.
9. Không được khạc nhổ lớn tiếng.
10. Không được nhổ nước miếng xuống đất sạch, làm điều phạm lễ luật.
11. Nếu sau đến phiên mình giảng kinh thì phải giảng.
12. Nếu chúng tăng có đề cử lên chỗ ngồi cao, phải hết sức thận trọng giữ gìn, không được để mất oai nghi lễ tiết.
13. Nếu trong chúng có kẻ để mất oai nghi, nên chỉ nói điều tốt, giấu điều xấu, cẩn thận không được chỉ bày lỗi người.

Lại cũng phải nhớ mười ba điều này nữa, nếu là phiên trực nhật của mình, phải đúng giờ lo việc hành lễ:

1. Nghe tiếng kiền chùy phải chuẩn bị hương lửa cho đầy đủ.
2. Dâng hương như cũ.
3. Sửa sang mọi thứ theo đúng lễ nghi.
4. Quét dọn chỗ ngồi sạch sẽ.
5. Quét đất sạch sẽ theo đúng phép.

6. Như pháp hội có cần dùng đến món gì của đàn việt phải nhớ rõ ràng.
7. Sau khi xong việc phải hoàn trả mọi thứ về đúng chỗ cũ.
8. Phải đến sớm lo việc mở cửa.
9. Nếu có khách lạ, phải đưa đến chỗ thầy hỏi xem nên xếp ngồi nơi nào.
10. Nếu có khách ngủ lại qua đêm, cũng đều chỉnh sửa y phục ngay ngắn đến đứng như thường lệ.
11. Nếu có đối đáp phải rõ ràng, minh bạch.
12. Khi đứng phải ngay ngắn, không mất lễ nghi.
13. Nếu muốn đi ra bên ngoài, phải nhờ người thay thế, không được bỏ trống không có người lo việc.

Trong ngày trực nhật, phải nghiêm túc lo lắng cho những công việc chung của chúng tăng, phải lưu ý mười điều này:

1. Việc xây dựng tháp Phật.
2. Những công việc chuẩn bị ở chỗ giảng đường của chư tăng.
3. Như đang lo việc tạc tượng Phật, phải dậy sớm chuẩn bị đầy đủ mọi thứ.
4. Những thứ cần dùng như đá mài, dao, rìu, cưa... đều phải để đúng chỗ thông thường để mọi người biết mà lấy dùng.
5. Như công việc cần các thứ son, mực, màu tô, phải chuẩn bị đầy đủ để lúc cần dùng không bị thiếu hụt.
6. Phải dọn dẹp các thứ, đặt vào cho đúng chỗ, đúng nơi.
7. ... ... ... [1]

[1] Trong nguyên bản chữ Hán bị mất điều thứ bảy.

8. Như giao cho ai làm việc gì phải nói cho rõ ràng, không để có sự sai sót.
9. Như có món gì cần phải đi chợ mua, phải báo với thầy chấp sự.
10. Lấy món gì ra dùng mà còn thừa đều phải mang cất về đúng chỗ cũ.

Khi một mình đi ra ngoài, sa-di phải nhớ mười sáu điều:

1. Nên có người cùng đi.
2. Như không có người cùng đi, phải biết rõ chỗ có thể đi đến.
3. Bình bát luôn phải ôm bên hông trái.
4. Khi đi khất thực, đưa bình bát hướng ra bên ngoài.
5. Khất thực xong, khi quay về, nên giấu bình bát vào phía trong.
6. Khi đến trước nhà người, phải thận trọng cân nhắc cử chỉ, không để mất oai nghi.
7. Nhà không có đàn ông thì không nên vào.
8. Nếu muốn ngồi xuống, phải quan sát kỹ chỗ ngồi trước.
9. Như nơi chỗ ngồi ấy có bày binh khí, không nên đến ngồi.
10. Như nơi chỗ ngồi ấy có những vật quý báu đáng giá, không nên đến ngồi.
11. Như nơi chỗ ngồi ấy có những đồ trang sức, y phục của đàn bà, con gái, không nên đến ngồi. Không có các điều trên thì có thể đến ngồi.
12. Như chủ nhân mời cơm thì có thể nhận. 1
13. Khi dùng cơm phải chú nguyện cho gia chủ.
14. Khi ăn không được nói việc ngon hay dở.
15. Không được ăn trước rồi mới thuyết kinh.

16. Dù muốn thuyết kinh cũng phải biết lúc nào thích hợp.

Khi cần phải đến chợ mua bán vật gì, phải nhớ chín điều:

1. Phải cúi đầu mà đi thẳng đến nơi, về thẳng đến chốn.
2. Như có thấy việc lạ cũng không được đến xem.
3. Không được trả giá đắt, rẻ.
4. Không dừng nghỉ nơi quán có đàn bà, con gái.
5. Như có bị người khác gây gổ, xúc phạm, nên tìm cách tránh đi, không nên cố theo để cầu mua được giá rẻ.
6. Cần mua món gì thì nói thẳng ra ngay, không được có ý quanh co rào đón như người thế tục.
7. Đã chịu giá mua của ai, cho dù người khác có bán rẻ hơn cũng không bỏ đi, khiến cho người kia phải tức giận.
8. Như có gặp nhiều người mua bán các món tốt xấu khác nhau, không thể nhận lấy như nhau, chỉ nên nói là theo pháp không như vậy được.
9. Thận trọng không nên bảo lãnh cho người khác mà thành ra mắc nợ.

Nếu thầy có sai bảo đến chùa của các vị ni cô, phải nhớ chín điều:

1. Nên có người cùng đi.
2. Đến nơi nên lễ tháp Phật trước, làm gì cũng phải theo đúng như pháp.
3. Như có chỗ ngồi dành riêng cho mình thì ngồi, bằng không thì không ngồi.
4. Như có người bệnh muốn hỏi nghĩa kinh thì tùy theo chỗ nên thuyết mà thuyết.

5. Không được thuyết kinh không phải lúc.
6. Không được nói người khác là sai trái.
7. Như các ni cô có cúng dường các món y phục, khăn, giày dép tốt đẹp, cũng không được nhận.
8. Khi trở về không được nói lại chuyện tốt hoặc xấu ở chùa ni.
9. Không được nói với người khác là nên cúng dường cho mình.

Giảng giải kinh pháp phải nhớ tám điều:

1. Phải xem xét đến những chỗ hiểu chẳng đồng nhau.
2. Không được cố chấp lúc nào cũng cho mình là đúng, kẻ khác là sai.
3. Với bạn đồng học nếu có tranh chấp chỉ nên hòa giải, không nên tranh hơn.
4. Trong khi làm những việc chung nặng nhọc cho chúng tăng, không được tỏ bày sự khổ nhọc của mình để kể công.
5. Khi các thầy tỳ-kheo thuyết giới, cẩn thận không được lén nghe.
6. Biết mình có lỗi với người khác phải tự nói lời xin lỗi rồi cùng họ hòa giải.
7. Nếu thầy có hỏi việc người khác nói mình có lỗi, phải đúng như sự thật mà trình với thầy.
8. Không được giấu giếm, phải chân thành nhận lỗi.

Ngày đêm thường nhớ việc tụng kinh, học đạo, phải biết 10 điều này:

1. Y phục phải chỉnh sửa cho ngay ngắn.
2. Nếu đi kinh hành phải đến những chỗ thường ngày.
3. Đọc kinh phải đứng ngay ngắn trong khoảng giữa.

4. Hoặc đến nơi giảng đường.
5. Hoặc nơi dưới tháp Phật.
6. Hoặc trong nhà ăn của chúng.
7. Không được mang giày dép mà tụng kinh.
8. Không được mang guốc gỗ tụng kinh.
9. Không được cầm gậy tụng kinh.
10. Không được nằm tụng kinh.

***

Ngoài những oai nghi phép tắc như trên, sa-di còn phải vun bồi năm đức này:

1. Phát tâm lìa bỏ thế tục, lúc nào cũng nghĩ nhớ đến đạo pháp.
2. Xả bỏ sự trang sức tốt đẹp cho bản thân, chỉ dùng y phục theo đúng pháp.
3. Lìa bỏ vĩnh viễn thân thuộc ái luyến, không còn phân biệt kẻ thân người sơ.
4. Xả bỏ thân mạng chỉ nghĩ đến việc tôn sùng đạo pháp.
5. Lòng chỉ muốn cầu được đạo Đại thừa, cứu độ muôn người.

## PHẦN HÁN VĂN

### 威儀沙彌

***Sa-di oai nghi***

失譯附東晉錄

*Thất dịch, phụ Đông Tấn lục*

已受沙彌十戒。為賢者道人。次教之當用。漸漸稍從小起。當知威儀施行所應。

*Dĩ thọ sa-di thập giới, vi hiền giả đạo nhân, thứ giáo chi đương dụng, tiệm tiệm sảo tùng tiểu khởi, đương tri oai nghi thi hành sở ứng.*

當知和尚幾歲三師名字當教識知初受戒時歲日月數。

*Đương tri hòa thượng kỷ tuế, tam sư danh tự, đương giáo thức tri sơ thọ giới thời, tuế nhật nguyệt số.*

當知事和尚有幾事。亦當知隨事阿闍梨有幾事。亦當知給楊枝澡水有幾事。亦當知授袈裟攝袈裟及持缽有幾事。亦當知捉錫杖持履有幾事。

*Đương tri sự hòa thượng hữu kỷ sự, diệc đương tri tùy sự a-xà-lê hữu kỷ sự, diệc đương tri cấp dương chi tháo thủy hữu kỷ sự, diệc đương tri thọ ca-sa, tiếp ca-sa cập trì bát hữu kỷ sự, diệc đương tri tróc dương chi lý hữu kỷ sự.*

與和尚阿闍梨俱應請時。若至國王家時。若至迦羅越家時。若至婆羅門家時。若連坐飯時。若別坐飯時。若俱入城乞食時。若俱還時。至故處時。若日晚時。若止水邊飯時。若道邊時。若樹下飯時。若自先去住相待時。若合鉢食時。若轉貿鉢時。若俱共對飯時。若前後飯時。若飯已澡漱時。若澡鉢去時。各當具知有幾事。當知給眾僧作直日時。各當知有幾事。

*Dữ hòa thượng a-xà-lê câu ưng thỉnh thời. Nhược chí quốc vương gia thời, nhược chí ca-la-việt gia thời, nhược chí bà-la-môn gia thời, nhược liên tọa phạn thời, nhược biệt tọa phạn thời, nhược câu nhập thành khất thực thời, nhược câu hoàn thời, chí cố xứ thời, nhược nhật vãng thời, nhược chỉ thủy biên phạn thời, nhược đạo biên thời, nhược thọ hạ phạn thời, nhược tự tiên khứ trụ tương đãi thời, nhược hiệp bát thực thời, nhược chuyển mậu bát thời, nhược câu cộng đối phạn thời, nhược tiền hậu phạn thời, nhược phạn dĩ tháo khấu thời, nhược tháo bát khứ thời, các đương cụ tri hữu kỷ thời. Đương tri cấp chúng tăng sở trực nhật thời, các đương tri hữu kỷ sự.*

年滿二十欲受具足戒時。皆悉當知設為賢者。比丘所問不具對者。不應與受具足戒。何以故。作沙彌乃不知沙彌事所應施行。沙門事大難作甚微妙。

*Niên mãn nhị thập, dục thọ cụ túc giới thời giai tất đương tri thiết vi hiền giả. Tỳ-kheo sở vấn bất cụ đối giả, bất ưng dữ thọ cụ túc giới. Hà dĩ cố? Tác sa-di nãi bất tri sa-di sự sở ưng thi hành, sa-môn sự đại, nan tác thậm vi diệu.*

賢者沙彌。卿且去熟學當悉聞知。乃應授與具足戒。所以卿不知沙彌法者。但未諦知身苦故。不伏意耳。而反欲受具足戒。今授卿具足戒者。人謂佛法易行沙門易作。不知佛道至妙。罪福運行法律交互。以是數日之中相之。是故當先問。設能具對能如法者，三師易得耳。

*Hiền giả sa-di, khanh thả khử phục học đương tất văn tri, nãi ưng thọ dữ cụ túc giới, sở dĩ khanh bất tri sa-di pháp giả, đản vị đế tri thân khổ cố bất phục ý nhĩ nhi phản dục thọ cụ túc giới. Kim thọ khanh cụ túc giới giả, nhân vị Phật pháp dị hành, sa-môn dị tác, bất tri Phật đạo chí diệu tội phước vận hành pháp luật giao hỗ, dĩ thị sổ nhật chi trung tương chi. Thị cố đương tiên vấn, thiết năng cụ đối năng như pháp giả, tam sư dị đắc nhĩ.*

師教沙彌有五事。一者當敬大沙門。二者不得呼大沙門名字。三者大沙門說戒經時不得盜聽。四者不得求大沙門長短。五者大沙門誤失時。不得轉行說。是為沙彌威儀。

*Sư giáo sa-di hữu ngũ sự. Nhất giả đương kính đại sa-môn. Nhị giả bất đắc hô đại sa-môn danh tự. Tam giả đại sa-môn thuyết giới kinh thời bất đắc đạo thính. Tứ giả bất đắc cầu đại sa-môn trường đoản. Ngũ giả đại sa-môn ngộ thất thời, bất đắc chuyển hành thuyết. Thị vi sa-di oai nghi.*

又教沙彌有五事。一者不得屏處罵大沙門。二者不得輕易大沙門於前戲笑。效其語言形相行步。三者見大沙門過。即當起住若讀誦經。若飯時若作眾事。不應得起。四者行與大沙門相逢。當下道止住避之。五者若調戲時。若見大沙門即當止謝言不及。是為施行所應爾。

*Hựu giáo sa-di hữu ngũ sự. Nhất giả bất đắc bình xứ mạ đại sa-môn. Nhị giả bất đắc khinh dị đại sa-môn, ư tiền hý tiếu, hiệu kỳ ngữ ngôn, hình tướng, hành bộ. Tam giả kiến đại sa-môn quá tức đương khởi trụ, nhược độc tụng kinh, nhược phạn thời, nhược tác chúng sự, bất ưng đắc khởi. Tứ giả hành dữ đại sa-môn tương phùng, đương hạ đạo chỉ trụ tỵ chi. Ngũ giả nhược điều hý thời, nhược kiến đại sa-môn tức đương chỉ tạ ngôn bất cập. Thị vi thi hành sở ưng nhĩ.*

沙彌事和尚有十事。一者當早起。二者欲入戶當先三彈指。三者具楊枝澡水。四者當授袈裟卻授履。五者當掃地益澡水。六者當襞被枕拂拭牀席。七者師出未還不得捨房中去。師還當逆取袈裟內襞之。八者若有過和尚阿闍梨教誡。不得還逆語。九者當低頭受師語去。當思念行之。十者出戶當還牽戶閉之。是為事和尚法。

*Sa-di sự hòa thượng hữu thập sự. Nhất giả đương tảo khởi. Nhị giả dục nhập hộ đương tiên tam đàn chỉ. Tam giả cụ dương chi tháo thủy. Tứ giả đương thọ ca-sa khước thọ lý. Ngũ giả đương tảo địa ích tháo thủy. Lục giả đương bích bị vưu phất thức sàng tịch. Thất giả sư xuất vị hoàn bất đắc xả phòng trung khứ. Sư hoàn đương nghịch thủ ca-sa nội bích chi. Bát giả nhược hữu quá hòa thượng a-xà-lê giáo giới, bất đắc hoàn nghịch ngữ. Cửu giả đương đê đầu thọ sư ngữ khứ. Đương tư niệm hành chi. Thập giả xuất hộ đương hoàn khiên hộ bế chi. Thị vi sự hòa thượng pháp.*

教沙彌事阿闍梨有五事。一者視阿闍梨。一切當如視我。二者不得調戲。三者設呵罵汝。不得還語。四者若使汝出不淨器。不得唾惡怒。五者暮當按摩之。是為事阿闍梨法也。

*Giáo sa-di sự a-xà-lê hữu ngũ sự. Nhất giả thị a-xà-lê nhất thiết đương như thị ngã. Nhị giả bất đắc điều hý. Tam giả thiết ha mạ nhữ bất đắc hoàn ngữ. Tứ giả nhược sử nhữ xuất bất tịnh khí, bất đắc thóa ố nộ. Ngũ giả mộ đương án ma chi. Thị vi sự a-xà-lê pháp dã.*

## 事阿闍梨法。

**Sự a-xà-lê pháp.**

沙彌事師。當早起具楊枝澡水。有六事。一者斷楊枝當隨度數。二者當破頭。三者當洗使令淨。四者當易故宿水。五者當淨澡軍持。六者當滿中水。持入不得使有汙湔有聲。是為具楊枝澡水法。

*Sa-di sự sư, đương tảo khởi cụ dương chi tháo thủy hữu lục sự. Nhất giả đoạn dương chi, đương tùy độ số. Nhị giả đương phá đầu. Tam giả đương tẩy sử linh tịnh. Tứ giả đương dịch cố túc thủy. Ngũ giả đương tịnh tháo quân trì. Lục giả đương mãn trung thủy, trì nhập bất đắc sử hữu ố tiên hữu thanh. Thị vi cụ dương chi tháo thủy pháp.*

授袈裟有四事。一者當徐徐一手排一手捉下授之。二者當次視上下。三者當止住持師衣已。四者當上著師肩上。是為授袈裟法。

*Thọ ca-sa hữu tứ sự. Nhất giả đương từ từ nhất thủ bài nhất thủ tróc hạ thọ chi. Nhị giả đương thứ thị thượng hạ. Tam giả đương chỉ trụ trì sư y dĩ. Tứ giả đương thượng trước sư kiên thượng. Thị vi thọ ca-sa pháp.*

攝袈裟有四事。一者當視上下。二者不得使著地。三者當著安常處。四者覆上。是為攝袈裟法。

*Tiếp ca-sa hữu tứ sự. Nhất giả đương thị thượng hạ. Nhị giả bất đắc sử trước địa. Tam giả đương trước an thường xứ. Tứ giả phúc thượng. Thị vi tiếp ca-sa pháp.*

持鉢有四事。一者當洗令淨。二者拭令燥。三者帶令堅。四者不得使有聲。是為持鉢法。

*Trì bát hữu tứ sự. Nhất giả đương tẩy linh tịnh. Nhị giả thức linh táo. Tam giả đới linh kiên. Tứ giả bất đắc sử hữu thanh. Thị vi trì bát pháp.*

持錫杖有四事。一者取拭去生垢。二者不得著地使有聲。三者師出户乃當授。四者師出還當受取。若俱行若入眾若禮佛。亦當取持。是為持錫杖法。

*Trì tích trượng hữu tứ sự. Nhất giả thủ thức khứ sanh cấu. Nhị giả bất đắc trước địa sử hữu thanh. Tam giả sư xuất hộ nãi đương thọ. Tứ giả sư xuất hoàn đương thọ thủ. Nhược câu hành, nhược nhập chúng, nhược lễ Phật, diệc đương thủ trì. Thị vi trì tích trượng pháp.*

持履有四事。一者當先抖擻之。二者當視次比之。三者當澡手。不得便持袈裟。四者師坐當取次比之。是為持履法。

*Trì lý hữu tứ sự. Nhất giả đương tiên đẩu tẩu chi. Nhị giả đương thị thứ tỷ chi. Tam giả đương tháo thủ, bất đắc tiện trì ca-sa. Tứ giả sư tọa đương thủ thứ tỷ chi. Thị vi trì lý pháp.*

若俱應請連坐飯時。有四事。一者坐當離師六尺。二者當視師達嚫竟乃應授鉢。三者不得先師食飯。四者師飯已當起取鉢自近。是為連坐飯時法也。

*Nhược câu ưng thỉnh liên tọa phạn thời hữu tứ sự. Nhất giả tọa đương ly sư lục xích. Nhị giả đương thị sư đạt sấn cánh nãi ưng thọ bát. Tam giả bất đắc tiên sư thực phạn. Tứ giả sư phạn dĩ đương khởi thủ bát tự cận. Thị vi liên tọa phạn thời pháp dã.*

別坐飯時有四事。一者當立住師邊。二者師教食去乃當坐去。三者頭面著地作禮。四者食飯不得倨坐。上戲飯已當至師邊住。師教還坐乃應坐。是為別坐飯時法也。

*Biệt tọa phạn thời hữu tứ sự. Nhất giả đương lập trụ sư biên. Nhị giả sư giáo thực khứ nãi đương tọa khứ. Tam giả đầu diện tác lễ. Tứ giả thực phạn bất đắc cứ tọa. Thượng hí phạn dĩ đương chí sư biên trụ. Sư giáo hoàn tọa nãi ưng tọa. Thị vi biệt tọa phạn thời pháp dã.*

入城乞食時有四事。一者當持師鉢。二者當隨師後。不得以足蹈師影。三者於城外當取鉢授師。四者入城欲別行當報師。是為行乞食時法。

*Nhập thành khất thực thời hữu tứ sự. Nhất giả đương trì sư bát. Nhị giả đương tùy sư hậu, bất đắc dĩ túc đạp sư ảnh. Tam giả ư thành ngoại đương thủ bát thọ sư. Tứ giả nhập thành dục biệt hành đương báo sư. Thị hành khất thực thời pháp.*

俱行還至故處有四事。一者當先徐開户出坐具敷之。二者澡師手已乃卻自澡。三者當授師鉢自卻叉手住。四者當豫具澡豆手巾等。是為還歸飯時法。

*Câu hành hoàn chí cố xứ hữu tứ sự. Nhất giả đương tiên từ khai hộ xuất tọa cụ phu chi. Nhị giả tháo sư thủ dĩ, nãi khước tự tháo. Tam giả đương thọ sư bát tự khước xoa thủ trụ. Tứ giả đương dự cụ tháo đậu, thủ cân đẳng. Thị vi hoàn quy phạn thời pháp.*

過水邊飯時有四事。一者當求淨地。二者當求草作坐。三者當取水澡師手已還自洗手。已乃卻授師鉢。四者師教使飯。當作禮卻坐。是為水邊飯時法。

*Quá thủy biên phạn thời hữu tứ sự. Nhất giả đương cầu tịnh địa. Nhị giả đương cầu thảo tác tọa. Tam giả đương thủ thủy tháo, sư thủ dĩ hoàn tự tẩy thủ. Dĩ nãi khước thọ sư bát. Tứ giả sư giáo sử phạn đương tác lễ khước tọa. Thị vi thủy biên phạn thời pháp.*

止陰樹下飯時法。有四事。一者當持鉢掛著樹上採取葉作坐。二者取水澡師手。設不得水。取淨草授與師。三者還取鉢授師。四者當豫具淨草澡師鉢已。卻以草熟拭鉢乃去。是為樹下飯時法。

*Chỉ âm thọ hạ phạn thời pháp hữu tứ sự. Nhất giả đương trì bát quải trước thọ thượng, thái thủ diệp tác tọa. Nhị giả thủ thủy tháo sư thủ, thiết bất đắc thủy thủ tịnh thảo thọ dữ sư. Tam giả hoàn thủ bát thọ sư. Tứ giả đương dự cụ tịnh thảo tháo sư bát dĩ. Khước dĩ thảo thục thức bát nãi khứ. Thị vi thọ hạ phạn thời pháp.*

道中相待有三事。一者持鉢著淨地作禮如事說。二者當視日早晚。可疾還歸若道止。三者當取師鉢。并持隨師後去。是為道中相待時法。

*Đạo trung tương đãi hữu tam sự. Nhất giả trì bát trước tịnh địa tác lễ như sự thuyết. Nhị giả đương thị nhật tảo vãng khả tật hoàn quy nhược đạo chỉ. Tam giả đương thủ sư bát tinh trì tùy sư hậu khứ. Thị vi đạo trung tương đãi thời pháp.*

合鉢飯時有二事。一者若師鉢中無酪酥漿。當自取所得鉢飯授師。若師不取。旦當卻住。二者徐取師鉢中半飯。出著淨地樹葉上。卻自取鉢中半飯。著師鉢中卻住。是為合鉢飯時法。

*Hiệp bát phạn thời hữu nhị sự. Nhất giả nhược sư bát trung vô lạc tô tương, đương tự thủ sở đắc bát phạn thọ sư. Nhược sư bất thủ, đản đương khước trụ. Nhị giả từ thủ sư bát trung bán phạn xuất trước tịnh địa thọ diệp thượng khước tự thủ bát trung bán phạn, trước sư bán trung khước trụ. Thị vi hiệp bát phạn thời pháp.*

轉貿缽飯時有三事。一者若師缽中得美膳者。自得不如者便當授師。二者師欲貿缽當讓不受。三者師堅呼貿缽當取再餐。便當拭缽還授師。是為貿缽飯時法。

*Chuyển mậu bát phạn thời hữu tam sự. Nhất giả nhược sư bát trung đắc mỹ thiện giả, tự đắc bất như giả, tiện đương thọ sư. Nhị giả sư dục mậu bát đương nhượng bất thọ. Tam giả sư kiên hô mậu bát đương thủ tái xan, tiện đương thức bát hoàn thọ sư. Thị vi mậu bát phạn thời pháp.*

對飯時有三事。一者當授師缽乃卻坐飯。二者當數視師所欲得。即當起取與。三者食不得大疾亦不得後竟以起。當復問欲得何等。師言持去乃當取去。是為對飯時法。

*Đối phạn thời hữu tam sự. Nhất giả đương thọ sư bát, nãi khước tọa phạn. Nhị giả đương sổ thị sư sở dục đắc, tức đương khởi thủ dữ. Tam giả thực bất đắc đại tật diệc bất đắc hậu cánh dĩ khởi. Đương phục vấn dục đắc hà đẳng? Sư ngôn trì khứ nãi đương thủ khứ. Thị vi đối phạn thời pháp.*

前後飯時有三事。一者授師缽具已。當卻至屏處住。聽師呼聲即當應之。二者當豫取澡水著一邊。三者師飯畢當澡師手卻住。師教去飯。乃當作禮去飯。是為前後飯時法。

*Tiền hậu phạn thời hữu tam sự. Nhất giả thọ sư bát cụ dĩ, đương khước chí bình xứ trụ, thính sư hô thanh tức đương ứng chi. Nhị giả đương dự thủ tháo thủy trước nhất biên. Tam giả sư phạn tất đương tháo sư thủ khước trụ. Sư giáo khứ phạn nãi đương tác lễ khứ phạn. Thị vi tiền hậu phạn thời pháp.*

飯已澡鉢有三事。一者澡漱已。當先取師鉢澡。令淨已著樹葉上。二者卻自澡鉢已。亦著樹葉上。先取師鉢已手摩令淨。燥內著囊中付師。三者還自取鉢拭令燥。亦內著囊中帶之止住。是為燥鉢時法。

*Phạn dĩ tháo thời hữu tam sự. Nhất giả tháo khấu dĩ đương tiên thủ sư bát tháo, linh tịnh dĩ trước thọ diệp thượng. Nhị giả khước tự tháo bát dĩ diệc trước thọ diệp thượng, tiên thủ sư bát dĩ thủ ma linh tịnh, tháo nội trước nang trung phú sư. Tam giả hoàn tự thủ bát thức linh táo diệc nội trước nang trung đới chi chỉ trụ. Thị vi táo bát thời pháp.*

澡鉢去時法有三事。一者師言我今欲過某許賢者某自先歸。二者頭面著地作禮便去。三者獨還去。不得過餘聚落中戲笑。直歸故處誦經。是為澡鉢去時法。

*Tháo bát khứ thời pháp hữu tam sự. Nhất giả sư ngôn ngã kim dục quá mỗ hứa hiền giả, mỗ tự tiên quy. Nhị giả đầu diện trước địa tác lễ tiện khứ. Tam giả độc hoàn khứ, bất đắc quá dư tụ lạc trung hý tiếu, trực quy cố xứ tụng kinh. Thị vi tháo bát khứ thời pháp.*

沙彌入眾有五事。一者當明學。二者當習事。三者當給眾。四者當授大沙門物。五者欲受大戒時。三師易得耳。

*Sa-di nhập chúng hữu ngũ sự. Nhất giả đương minh học. Nhị giả đương tập sự. Tam giả đương cấp chúng.*

*Tứ giả đương thọ đại sa-môn vật. Ngũ giả dục thọ đại giới thời, tam sư dị đắc nhĩ.*

復有五事。一者當禮佛。二者當禮比丘僧。三者當問訊上下坐。四者當留上座坐處。五者不得諍坐處。

*Phục hữu ngũ sự. Nhất giả đương lễ Phật. Nhị giả đương lễ tỳ-kheo tăng. Tam giả đương vấn tấn thượng hạ tọa. Tứ giả đương lưu thượng tòa tọa xứ. Ngũ giả bất đắc tranh tọa xứ.*

復有五事。一者不得於坐上遙相呼語笑。二者不得數起出。三者若眾中呼沙彌某甲。即當起應。四者當隨眾僧命。五者摩摩帝呼有所作。當還白師。是名入眾時法用。

*Phục hữu ngũ sự. Nhất giả bất đắc ư tọa thượng diêu tương hô ngữ tiếu. Nhị giả bất đắc sổ khởi xuất. Tam giả nhược chúng trung hô sa-di mỗ giáp tức đương khởi ứng. Tứ giả đương tùy chúng tăng mạng. Ngũ giả ma-ma-đế hô hữu sở tác, đương hoàn bạch sư. Thị danh nhập chúng thời pháp dụng.*

沙彌作直日有五事。一者當惜眾僧物。二者不得當道作事。三者作事未訖。不得中起捨去。四者若和尚阿闍梨呼不得便往。應當報摩摩帝。五者當隨摩摩帝教令不得違戾。是為作直日法。

*Sa-di tác trực nhật hữu ngũ sự. Nhất giả đương tích chúng tăng vật. Nhị giả bất đắc đương đạo tác sự. Tam giả tác sự vị ngật bất đắc trung khởi xả khứ. Tứ giả nhược hòa thượng a-xà-lê hô bất đắc tiện vãng, ưng đương báo ma-ma-đế. Ngũ giả đương tùy ma-ma-đế giáo lệnh, bất đắc vi lệ. Thị vi tác trực nhật pháp.*

擇菜有五事。一者當卻根。二者當齊頭。三者不得使有青黃合。四者洗菜。當三易水令淨。已當三振去水。五者作事畢竟。當掃處令淨。

*Trạch thái hữu ngũ sự. Nhất giả đương khước căn. Nhị giả đương tề đầu. Tam giả bất đắc sử hữu thanh hoàng hiệp. Tứ giả tẩy thái đương tam dịch thủy linh tịnh, dĩ đương tam chấn khứ thủy. Ngũ giả tác sự tất cánh, đương tảo xứ linh tịnh.*

復有五事。一者不得私取眾僧物。二者若有所欲取。當報摩摩帝。三者盡力作眾僧事。四者當掃除食堂中。乃卻布席空案。五者當朝暮掃除舍後。益水棄灰土。

*Phục hữu ngũ sự. Nhất giả bất đắc tư thủ chúng tăng vật. Nhị giả nhược hữu sở dục thủ, đương báo ma-ma-đế. Tam giả tận lực tác chúng tăng sự. Tứ giả đương tảo trừ thực đường trung, nãi khước bố tịch không án. Ngũ giả đương triêu mộ tảo trừ xá hậu ích thủy khí hôi thổ.*

汲水有十事。一者手不淨。不得便用汲水。當先澡手。二者不得大投罐井中使有聲。三者當徐徐下罐。不得大挑擊左右著使有聲。四者不得使繩頭還入井中使有聲。五者不得持履覆井欄上。六者不得持罐水著入釜中。七者不得持罐置地。八者當洗澡器令淨。九者舉水入當徐徐行。十者著屏處不得妨人道中。

*Cấp thủy hữu thập sự. Nhất giả thủ bất tịnh bất đắc tiện dụng cấp thủy, đương tiên tháo thủ. Nhị giả bất đắc đại đầu quán tĩnh trung sử hữu thanh. Tam giả đương từ từ hạ quán bất đắc đại thao kích tả hữu trước sử hữu thanh. Tứ giả bất đắc sử thằng đầu hoàn nhập tĩnh trung sử hữu thanh. Ngũ giả bất đắc trì lý phúc tĩnh lan thượng. Lục giả bất đắc trì quán thủy trước nhập phủ trung. Thất giả bất đắc trì quán trí địa. Bát giả đương tẩy tháo khí linh tịnh. Cửu giả cử thủy nhập đương từ từ hành. Thập giả trước bình xứ bất đắc phòng nhân đạo trung.*

澡釜有五事。一者當澡釜緣口上。二者當澡釜緣裏。三者當洗腰腹。四者澡裏底。五者當三易水。

*Tháo phủ hữu ngũ sự. Nhất giả đương tháo phủ duyên khẩu thượng. Nhị giả đương tháo duyên lý. Tam giả đương tẩy yêu phúc. Tứ giả tháo lý đê. Ngũ giả đương tam dịch thủy.*

吹竈有五事。一者不得蹲吹火。二者不得然生薪。三者不得倒然濕薪。四者不得然腐薪。五者不得以熱湯澆火滅。

*Xuy diếu hữu ngũ sự. Nhất giả bất đắc tồn xuy hỏa. Nhị giả bất đắc nhiên sanh tân. Tam giả bất đắc đảo nhiên thấp tân. Tứ giả bất đắc nhiên hủ tân. Ngũ giả bất đắc dĩ nhiệt thang thiêu hỏa diệt.*

掃地有五事。一者當順行。二者灑地不得有厚薄。三者不得有污湔四壁。四者不得蹈濕地壞。五者掃已即當自撮草糞棄之。

*Tảo địa hữu ngũ sự. Nhất giả đương thuận hành. Nhị giả sái địa bất đắc hữu hậu bạt. Tam giả bất đắc hữu ô tiên tứ bích. Tứ giả bất đắc đạp thấp địa hoại. Ngũ giả tảo dĩ tức đương tự toát thảo phấn khí chi.*

比丘僧飯時沙彌掃地。有五事。一者常卻行。二者不得挑手持。三者過六人土作聚。四者悉掃令遍為善。五者即當自手掃除持出棄之。

*Tỳ-kheo tăng phạn thời sa-di tảo địa hữu ngũ sự. Nhất giả đương khước hành. Nhị giả bất đắc thao thủ trì. Tam giả quá lục nhân thổ tác tụ. Tứ giả tất tảo linh biến vi thiện. Ngũ giả tức đương tự thủ tảo trừ trì xuất khí chi.*

持水澡罐瀉水。有五事。一者一手持上。一手持下。不得轉易二者當近左面堅持直視前。三者當視人手澆下水。不得多不得少。正當投人手中。四者下水當去人手四寸。不得高不得下。當相視水多少。設水少不足一人。當益水不得住人手。五者以澡手還著袈裟如法。

*Trì thủy tháo quán tả thủy hữu ngũ sự. Nhất giả nhất thủ trì thượng, nhất thủ trì hạ, bất đắc chuyển dịch. Nhị giả đương cận tả diện kiên trì trực thị tiền. Tam giả đương thị nhân thủ kiêu hạ thủy bất đắc đa bất đắc thiểu, chánh đương đầu nhân thủ trung. Tứ giả hạ thủy đương khử nhân thủ tứ thốn, bất đắc cao bất đắc hạ, đương tương thị thủy đa thiểu. Thiết thủy thiểu bất túc nhất nhân, đương ích thủy bất đắc trụ nhân thủ. Ngũ giả dĩ tháo thủ hoàn trước ca-sa như pháp.*

持當盤有五事。一者不得曳盤使有聲。二者當兩手堅持左面。三者當隨人手高下。不得左右顧視。四者澡盤中水滿當出棄之。不得澆人前地。五者已當過澡手還著袈裟如法。

*Trì đương bàn hữu ngũ sự. Nhất giả bất đắc duệ bàn sử hữu thanh. Nhị giả đương lưỡng thủ kiên trì tả diện. Tam giả đương tùy nhân thủ cao hạ, bất đắc tả hữu cố thị. Tứ giả tháo bàn trung thủy mãn, đương xuất khí chi, bất đắc kiêu nhân tiền địa. Ngũ giả dĩ đương quá tháo thủ, hoàn trước ca-sa như pháp.*

持手巾有五事。一者當左手持下頭右手持上頭授人。二者去坐二尺。不得倚人膝。三者持手巾。不得隨障人口。四者人拭手未放巾不得引去。以下竟當持付主若著故處。五者已當澡手還著袈裟如法。

*Trì thủ cân hữu ngũ sự. Nhất giả đương tả thủ trì hạ đầu, hữu thủ trì thượng đầu thọ nhân. Nhị giả khứ tọa tam xích, bất đắc ỷ nhân tất. Tam giả trì thủ cân bất đắc tùy chướng nhân khẩu. Tứ giả nhân thức thủ vị phóng cân bất đắc dẫn khứ, dĩ hạ cánh đương trì phó chủ nhược trước cố xứ. Ngũ giả dĩ đương tháo thủ hoàn trước ca-sa như pháp.*

布履有五事。一者當先抖擻去中所有。二者當從上座起。三者當從澡盤後示主令自識。四者不得持左著右。皆當下意沙彌。五者已竟當還澡手著袈裟如法。

*Bố lý hữu ngũ sự. Nhất giả đương tiên đẩu tẩu khứ trung sở hữu. Nhị giả đương tùng thượng tòa khởi.*

*Tam giả đương dục tháo bàn hậu thị chủ linh tự thức. Tứ giả bất đắc trì tả trước hữu giai đương hạ ý sa-di. Ngũ giả dĩ cánh đương hoàn tháo thủ trước ca-sa như pháp.*

沙彌澡鉢有七事。一者鉢中有餘飯。不得便取棄之。二者欲棄中飯當著淨地。三者當用澡豆若草葉。四者澡鉢不得於淨地當人道中。五者澡鉢當使下有枝。六者當更益淨水。不得遠棄污湔人。七者欲棄鉢中水。當去地四寸。不得使有高下。

*Sa-di tháo bát hữu thất sự. Nhất giả bát trung hữu dư phạn, bất đắc tiện thủ khí chi. Nhị giả dục khí trung phạn, đương trước tịnh địa. Tam giả đương dụng tháo đậu, nhược thảo khí. Tứ giả tháo bát bất đắc ư tịnh địa, đương nhân đạo trung. Ngũ giả tháo bát đương sử hạ hữu chi. Lục giả đương cánh ích tịnh thủy, bất đắc viễn khí ô tiên nhân. Thất giả dục khí bát trung thủy ưng khứ địa tứ thốn, bất đắc sử hữu cao hạ.*

拭鉢有五事。一者當更澡手拭令燥。二者當持淨手巾著膝上。三者當拭裏使燥。四者手已拭表。不復得拭裏。五者鉢已燥。即當持淨手巾并覆。

*Thức bát hữu ngũ sự. Nhất giả đương cánh tháo thủ thức linh táo. Nhị giả đương trì tịnh thủ cân trước tất thượng. Tam giả đương thức lý sử táo. Tứ giả thủ dĩ thức biểu bất phục đắc thức lý. Ngũ giả bát dĩ táo tức đương trì tịnh thủ cân tinh phúc.*

著囊中安常處行會飯時教沙彌持鉢。有五事。一者不得置地。二者不得累使有聲。三者不得持楊枝著鉢中。四者人來授案。不得持鉢檣著人案上。五者不得從人後授鉢。當正從前亦不行眾中。視師飯已當起取鉢還坐。是為持鉢法。

*Trước nang trung an thường xứ hành hội phạn thời giáo sa-di trì bát hữu ngũ sự. Nhất giả bất đắc trí địa. Nhị giả bất đắc lụy sử hữu thanh. Tam giả bất đắc trì dương chi trước bát trung. Tứ giả nhân lai thọ án, bất đắc trì bát chi trước nhân án thượng. Ngũ giả bất đắc tùng nhân hậu thọ bát đương chánh tùng tiền diệc bất hành chúng trung. Thị sư phạn dĩ đương khởi thủ bát hoàn tọa. Thị vi trì bát pháp.*

為師遣行答謝人。有七事。一者當直往二者當直還。三者當識師所語。亦當識人報語。四者不得妄有所過。五者若所索不得止留宿。六者不得調擬。七者出行當有法則。

*Vi sư khiển hành đáp tạ nhân hữu thất sự. Nhất giả đương trực vãng. Nhị giả đương trực hoàn. Tam giả đương thức sư sở ngữ diệc đương thức nhân báo ngữ. Tứ giả bất đắc vọng hữu sở quá. Ngũ giả nhược sở sách bất đắc chỉ lưu túc. Lục giả bất đắc điều nghĩ. Thất giả xuất hành đương hữu pháp tắc.*

沙彌給比丘僧使未竟。不得妄入大沙門户。有三事得入。一者若和尚阿闍梨暫使往。二者若倩有所取。三者欲往問經應得入。

*Sa-di cấp tỳ-kheo tăng sử vị cánh bất đắc vọng nhập*

*đại sa-môn hộ. Hữu tam sự đắc nhập. Nhất giả nhược hòa thượng a-xà-lê tạm sử vãng. Nhị giả nhược sai hữu sở thủ. Tam giả dục vãng vấn kinh ưng đắc nhập.*

欲入門户有七事。一者當三彈指乃得入。二者不得當人道住坐若障火光。三者不得妄語他事。四者當叉手如法說。五者若教坐不得交腳。六者不得調擬。七者不得障人先。欲出户當向户出。迴面向户卻行而出。不得背去。

*Dục nhập môn hộ hữu thất sự. Nhất giả đương tam đàn chỉ nãi đắc nhập. Nhị giả bất đắc đương nhân đạo trụ tọa, nhược chướng hỏa quang. Tam giả bất đắc vọng ngữ tha sự. Tứ giả đương xoa thủ như pháp thuyết. Ngũ giả nhược giáo tọa bất đắc giao cước. Lục giả bất đắc điều nghĩ. Thất giả bất đắc chướng nhân tiên. Dục xuất hộ đương hướng hộ xuất, hồi diện hướng hộ khước hành nhi xuất, bất đắc bội khứ.*

獨使沙彌遠出行當教上頭。有三事。一者彼人問卿和尚名何等。便報言字某甲。二者復問卿和尚作沙門來幾歲。便報言若干歲。三者復問卿和尚是何許人。便報言某郡縣人。

*Độc sử sa-di viễn xuất hành đương giáo thượng đầu hữu tam sự. Nhất giả bỉ nhân vấn khanh: Hòa thượng danh hà đẳng? Tiện báo ngôn: Tự mỗ giáp. Nhị giả phục vấn khanh: Hòa thượng tác sa-môn lai kỷ tuế. Tiện báo ngôn: Nhược can tuế. Tam giả phục vấn khanh: Hòa thượng thị hà hứa nhân? Tiện báo ngôn: Mỗ quận huyện nhân.*

設復問卿阿闍梨名何等人。便報言字某甲。復問卿阿闍梨年幾許。便報言年若干。復問卿阿闍梨是何許人。便報言是某國縣人。

*Thiết phục vấn khanh: A-xà-lê danh hà đẳng nhân? Tiện báo ngôn: Tự mỗ giáp. Phục vấn khanh: A-xà-lê niên kỷ hứa? Tiện báo ngôn: Niên nhược can. Phục vấn khanh: A-xà-lê thị hà hứa nhân? Tiện báo ngôn: Thị mỗ quốc huyện nhân.*

若復問賢者名何等字。便報言字某甲。復問卿作沙彌已來幾時。便報言若干歲若干月若干日若干時。是為知和尚阿闍梨亦自知時名字歲日月數。

*Nhược phục vấn hiền giả danh hà đẳng tự? Tiện báo ngôn: Tự mỗ giáp. Phục vấn khanh: Tác sa-di dĩ lai kỷ thời? Tiện báo ngôn: Nhược can tuế nhược can nguyệt nhược can nhật nhược can thời. Thị vi tri hòa thượng, a-xà-lê, diệc tự tri thời danh tự tuế nhật nguyệt số.*

入浴室有五事。一者低頭入。二者入當避上座處。三者上座讀經時不得狂語。四者不得以水互相澆。五者不得以水澆火滅。

*Nhập dục thất hữu ngũ sự. Nhất giả đê đầu nhập. Nhị giả nhập đương tị thượng tòa xứ. Tam giả thượng tòa độc kinh thời bất đắc cuồng ngữ. Tứ giả bất đắc dĩ thủy hỗ tương kiêu. Ngũ giả bất đắc dĩ thủy kiêu hỏa diệt.*

復有五事。一者不得調譺。二者不得破中盆孛。三者用水不得大費。四者不得澘中澡豆麻油。五者當疾出去不得止中浣衣。

*Phục hữu ngũ sự. Nhất giả bất đắc điều nghĩ. Nhị giả bất đắc phá trung bồn ương. Tam giả dụng thủy bất đắc đại phí. Tứ giả bất đắc phan trung tháo đậu ma du. Ngũ giả đương tật xuất khứ, bất đắc chỉ trung hoán y.*

沙彌至舍後行有十事。一者欲大小便即當行。二者行不得左右顧視。三者至當三彈指。四者不得迫促中人使出。五者已至上復三彈指。六者不得大咽。七者不得低頭視陰。八者不得弄上灰土。九者不得持水澆壁。十者已還當澡手。未澡手不應持物。

*Sa-di chí xá hậu hành hữu thập sự. Nhất giả dục đại tiểu tiện tức đương hành. Nhị giả hành bất đắc tả hữu cố thị. Tam giả chí đương tam đàn chỉ. Tứ giả bất đắc bách xúc trung nhân sử xuất. Ngũ giả dĩ chí thượng phục tam đàn chỉ. Lục giả bất đắc đại ế. Thất giả bất đắc đê đầu thị âm. Bát giả bất đắc lộng thượng hôi thổ. Cửu giả bất đắc trì thủy kiêu bích. Thập giả dĩ hoàn đương tháo thủ, vị tháo thủ bất ưng trì vật.*

復有五事。一者不得正唾前壁。二者不得左右顧視望。三者不得持草畫壁地。四者不得持火鬵畫地及壁。五者不得久固圊廁上。當自下去。設當逢人不得為作禮。當避道去。

*Phục hữu ngũ sự. Nhất giả bất đắc chánh thóa tiền bích. Nhị giả bất đắc tả hữu cố thị vọng. Tam giả bất đắc trì thảo họa bích địa. Tứ giả bất đắc trì hỏa tào họa địa cập bích. Ngũ giả bất đắc cửu cố thanh xí thượng, đương tự hạ khứ. Thiết đương phùng nhân bất đắc vi tác lễ, đương tỵ đạo khứ.*

師與語有二事。一者不得報語。二者不得自理。

*Sư dữ ngữ hữu nhị sự. Nhất giả bất đắc báo ngữ. Nhị giả bất đắc tự lý.*

沙彌為師作禮有十事。一者師頭前有盤不應作禮。二者師坐禪不應作禮。三者師經行不應作禮。四者師食不應作禮。五者師說經不應作禮。六者與師相逢左面不應作禮。七者師梳齒不應作禮。八者欲入戶。作禮應彈指三返。師不應應去。九者不得離師七步。十者師戶開應作禮。

*Sa-di vị sư tác lễ hữu thập sự. Nhất giả sư đầu tiền hữu bàn bất ưng tác lễ. Nhị giả sư tọa thiền bất ưng tác lễ. Tam giả sư kinh hành bất ưng tác lễ. Tứ giả sư thực bất ưng tác lễ. Ngũ giả sư thuyết kinh bất ưng tác lễ. Lục giả dữ sư tương phùng tả diện bất ưng tác lễ. Thất giả sư sơ xỉ bất ưng tác lễ. Bát giả dục nhập hộ tác lễ ưng đàn chỉ tam phản, sư bất ứng, ưng khứ. Cửu giả bất đắc ly sư thất bộ. Thập giả sư hộ khai, ưng tác lễ.*

早起入戶有五事。一者整理衣被。二者出甌。三者掃地。四者問經。五者與物。

*Tảo khởi nhập hộ hữu ngũ sự. Nhất giả chỉnh lý y bị. Nhị giả xuất âu. Tam giả tảo địa. Tứ giả vấn kinh. Ngũ giả dữ vật.*

襞三衣有五事。一者不得當前。二者當於左面。三者當識衣表裏。四者不得倒襞。五者當置常處。

*Tỵ tam y hữu ngũ sự. Nhất giả bất đắc đương tiền. Nhị giả đương ư tả diện. Tam giả đương thức y biểu lý. Tứ giả bất đắc đảo tỵ. Ngũ giả đương trí thường xứ.*

隨師行有五事。一者不得過歷人家。二者不得止住道與人共語。三者不得左右顧視。四者當低頭隨師後。五者到檀越家。當住一面師教應坐。

*Tùy sư hành hữu ngũ sự. Nhất giả bất đắc quá lịch nhân gia. Nhị giả bất đắc chỉ trụ đạo dữ nhân cộng ngữ. Tam giả bất đắc tả hữu cố thị. Tứ giả đương đê đầu tùy sư hậu. Ngũ giả đáo đàn việt gia đương trụ nhất diện, sư giáo ưng tọa.*

給師所須有五事。一者當得楊枝。二者當得澡豆。三者不得宿水。四者當更汲。五者手巾用應浣淨。

*Cấp sư sở tu hữu ngũ sự. Nhất giả đương đắc dương chi. Nhị giả đương đắc tháo đậu. Tam giả bất đắc túc thủy. Tứ giả đương cánh cấp. Ngũ giả thủ cân dụng ưng hoán tịnh.*

沙彌洗有五事。一者不得向塔。二者不得向和尚。三者不得向阿闍梨。四者當於屏處。五者當自取水。不得取他人成事水。

*Sa-di tẩy hữu ngũ sự. Nhất giả bất đắc hướng tháp. Nhị giả bất đắc hướng hòa thượng. Tam giả bất đắc hướng a-xà-lê. Tứ giả đương ư bình xứ. Ngũ giả đương tự thủ thủy, bất đắc thủ tha nhân thành sự thủy.*

暮入戶有五事。一者當掃除牀。二者當理衣被。三者當內甌。四者當然燈。五者教臥應去出者當背向。牽戶閉。

*Mộ nhập hộ hữu ngũ sự. Nhất giả đương tảo trừ sàng. Nhị giả đương lý y bị. Tam giả đương nội âu. Tứ giả đương nhiên đăng. Ngũ giả giáo ngọa ưng khứ xuất giả đương bội hướng khiên hộ bế.*

沙彌從師受經。有五事。一者整衣服。二者當叉手作禮。三者不得前卻。四者兩足當齊。五者當小僂。

*Sa-di tùng sư thọ kinh hữu ngũ sự. Nhất giả chỉnh y phục. Nhị giả đương xoa thủ tác lễ. Tam giả bất đắc tiền khước. Tứ giả lưỡng túc đương tề. Ngũ giả đương tiểu lũ.*

沙彌授師三衣。有五事。一者當洗手。二者當與安陀衛。三者當與鬱多羅僧。四者當與僧伽梨。五者當與手巾。

*Sa-di thọ sư tam y hữu ngũ sự. Nhất giả đương tẩy thủ. Nhị giả đương dữ an-đà-vệ. Tam giả đương dữ uất-đa-la-tăng. Tứ giả đương dữ tăng-già-leâ. Ngũ giả đương dữ thủ cân.*

沙彌洗鉢有五事。一者當得牛糞灰。二者當得澡豆。三者去地七寸。四者不得有聲三易水欲捐水不得灑地。五者當令燥。

*Sa-di tẩy bát hữu ngũ sự. Nhất giả đương đắc ngưu*

*phấn than. Nhị giả đương đắc tháo đậu. Tam giả khứ địa thất thốn. Tứ giả bất đắc hữu thanh, tam dịch thủy, dục quyên thủy bất đắc sái địa. Ngũ giả đương linh táo.*

沙彌掃地有五事。一者不得背師。二者不得逆掃。三者當令淨。四者不得有跡。五者當即時棄卻。

*Sa-di tảo địa hữu ngũ sự. Nhất giả bất đắc bối sư. Nhị giả bất đắc nghịch tảo. Tam giả đương linh tịnh. Tứ giả bất đắc hữu tích. Ngũ giả đương tức thời khí khước.*

沙彌隨師至檀越家。有五事。一者當持鉢。二者當持手巾。三者當搏户。四者到檀越家索淨水洗鉢。五者師坐捉手巾鉢授與師。乃應還自坐。

*Sa-di tùy sư chí đàn việt gia hữu ngũ sự. Nhất giả đương trì bát. Nhị giả đương trì thủ cân. Tam giả đương bác hộ. Tứ giả đáo đàn việt gia sách tịnh thủy tẩy bát. Ngũ giả sư tọa tróc thủ cân bát thọ dữ sư, nãi ưng hoàn tự tọa.*

沙彌入浴室。有五事。一者不得先師入。二者不得在坐前。三者師未獲水不得動。四者設欲揩背先當擬之。五者浴已當先取可著衣。

*Sa-di nhập dục thất hữu ngũ sự. Nhất giả bất đắc tiên sư nhập. Nhị giả bất đắc tại tọa tiền. Tam giả sư vị hoạch thủy bất đắc động. Tứ giả thiết dục khai bối tiên đương nghĩ chi. Ngũ giả dục dĩ đương tiên thủ khả trước y.*

沙彌禮節威儀又朝晡。問訊禮敬。有十三事。一者當早起澡漱。二者當整頓衣服。三者問訊起居。四者師若在內欲進之法。當先脫頭上所著物及足所著物。五者不得躡跡。

*Sa-di lễ tiết oai nghi hựu triêu bô vấn tấn lễ kính, hữu thập tam sự. Nhất giả đương tảo khởi tháo khấu. Nhị giả đương chỉnh đốn y phục. Tam giả vấn tấn khởi cư. Tứ giả sư nhược tại nội dục tấn chi pháp, đương tiên thoát đầu thượng sở trước vật, cập túc sở trước vật. Ngũ giả bất đắc niếp tích.*

六者當住外立三彈指呼前乃進入。七者當頭面著地稽首為禮。八者若命令坐三讓乃坐。九者坐必端嚴。十者有問即對應聲分明。十一者無云即默。十二者事必宜退稽首如初。十三者欲出户時。當迴身還向去。

*Lục giả đương trụ ngoại lập tam đàn chỉ, hô tiền nãi tấn nhập. Thất giả đương đầu diện trước địa khể thủ vi lễ. Bát giả nhược mạng linh tọa tam nhượng nãi tọa. Cửu giả tọa tất đoan nghiêm. Thập giả hữu vấn tức đối ứng phân minh. Thập nhất giả vô vân tức mặc. Thập nhị giả sự tất nghi thối khể thủ như sơ. Thập tam giả dục xuất hộ thời đương hồi thân hoàn hướng khứ.*

沙彌又持師澡罐。有十五事。一者淨洗澡瓶。二者當有常處。三者當令淨水滿器。四者不得宿水。五者豫具楊枝。六者治楊枝當令如法。七者澡瓶去膝一尺。八者執澡瓶。當左手持上右手捧下。九者瀉水調適當得其多少。

*Sa-di hựu trì sư tháo quán hữu thập ngũ sự. Nhất giả tịnh tẩy tháo bình. Nhị giả đương hữu thường xứ. Tam giả đương linh tịnh thủy mãn khí. Tứ giả bất đắc túc thủy. Ngũ giả dự cụ dương chi. Lục giả trị dương chi đương linh như pháp. Thất giả tháo bình khứ tất nhất xích. Bát giả chấp tháo bình đương tả thủ trì thượng, hữu thủ phủng hạ. Cửu giả tả thủy điều thích, đương đắc kỳ đa thiểu.*

十者不得令有聲。十一者手巾必有常處。十二者持巾左執其手巾右以授師。十三者棄不淨水當有常處。十四者無令澆濽淨地。十五者用巾已當復常處。

*Thập giả bất đắc linh hữu thanh. Thập nhất giả thủ cân tất hữu thường xứ. Thập nhị giả trì cân tả chấp kỳ thủ cân, hữu dĩ thọ sư. Thập tam giả khí bất tịnh thủy đương hữu thường xứ. Thập tứ giả vô linh kiêu tán tịnh địa. Thập ngũ giả dụng cân dĩ đương phục thường xứ.*

又灑掃拂拭牀有八事。一者常向於尊。二者不得背。三者灑地當輕手裁水多少。四者用糞箕當以自向。五者棄糞當有常處。六者掃拭牀席。七者襞衣被蹹。八者掃拭牀不令有聲。

*Hựu sái tảo phất thức sàng hữu bát sự. Nhất giả thường hướng ư tôn. Nhị giả bất đắc bội. Tam giả sái địa đương khinh thủ tài thủy đa thiểu. Tứ giả dụng bối ky đương dĩ tự hướng. Ngũ giả khí phấn đương hữu thường xứ. Lục giả tảo thức sàng tịch. Thất giả bích y bị vưu. Bát giả tảo thức sàng bất linh hữu thanh.*

又持師食有十四事。一者當具淨巾。二者所欲進食皆當兩手捧下。三者當直進。四者跪以授師。五者不得道中與人言笑。六者進食不得有聲。七者凡所進飲食當適其寒溫。

*Hựu trì sư thực hữu thập tứ sự. Nhất giả đương cụ tịnh cân. Nhị giả sở dục tấn thực giai đương lưỡng thủ phủng hạ. Tam giả đương trực tấn. Tứ giả quỳ dĩ thọ sư. Ngũ giả bất đắc đạo trung dữ nhân ngôn tiếu. Lục giả tấn thực bất đắc hữu thanh. Thất giả phàm sở tấn ẩm thực đương thích kỳ hàn ôn.*

八者匙櫡當令淨潔。九者若有所益必令調均。十者住必有常處。十一者宜端嚴。十二者食畢斂器務令徐徐。十三者隨次所舉。十四者掃灑澡器一如常法。

*Bát giả đề trươùc đương linh tịnh khiết. Cửu giả nhược hữu sở ích bất tất linh điều quân. Thập giả trụ tất hữu thường xứ. Thập nhất giả nghi đoan nghiêm. Thập nhị giả thực tất liễm khí vụ linh từ từ. Thập tam giả tùy thứ sở cử. Thập tứ giả tảo sái tháo khí nhất như thường pháp.*

又取法衣及履。有十事。一者當左執其上右執其下。二者當跪以授師。三者當襞袈裟。不得以口銜之。四者不得振令有聲。五者還復其常處。六者以巾覆上。七者取履當先抖擻之。八者不得使有大聲。九者著地當令端正。十者還當復其常處。

*Hựu thủ pháp y cập lý hữu thập sự. Nhất giả đương tả chấp kỳ thượng, hữu chấp kỳ hạ. Nhị giả đương quỳ dĩ thọ sư. Tam giả đương tỵ ca-sa, bất đắc dĩ khẩu hàm chi. Tứ giả bất đắc chấn linh hữu thanh. Ngũ giả hoàn phục kỳ thường xứ. Lục giả dĩ cân phú thượng. Thất giả thủ lý đương tiên đẩu tẩu chi. Bát giả bất đắc sử hữu đại thanh. Cửu giả trước điện đương linh đoan chánh. Thập giả hoàn đương phục kỳ thường xứ.*

若取應器及澡瓶。有八事。一者先摩拭令淨。二者當兩手捧其下。三者跪取師鉢。四者洗當用皂莢豆末。五者畢令於手中澡。六者有急事當行宜著日中。七者若向火令其燥。八者畢令復其常處。

*Nhược thủ ứng khí cập tháo bình hữu bát sự. Nhất giả tiên ma thức linh tịnh. Nhị giả đương lưỡng thủ phủng kỳ hạ. Tam giả quỳ thủ sư bát. Tứ giả tẩy đương dụng tạo giáp đậu mạt. Ngũ giả tất linh ư thủ trung tháo. Lục giả hữu cấp sự đương hành nghi trước nhật trung. Thất giả nhược hướng hỏa linh kỳ táo. Bát giả tất linh phục kỳ thường xứ.*

若取錫杖有七事。一者當掃拭令淨。二者不得下拄地。三者不得以有所指擬。四者無使有聲。五者當兩手捧之。六者當跪以授師。七者畢還復常處。

*Nhược thủ tích trượng hữu thất sự. Nhất giả đương tảo thức linh tịnh. Nhị giả bất đắc hạ trụ địa. Tam giả bất đắc dĩ hữu sở chỉ nghĩ. Tứ giả vô sử hữu thanh. Ngũ giả đương lưỡng túc phủng chi. Lục giả đương quỳ dĩ thọ sư. Thất giả tất hoàn phục thường xứ.*

又侍師沐浴剃頭朝當著法衣。有十二事。一者務當恭敬執所宜作。二者隨時寒溫。三者拂除浴室。四者具淨湯水。五者當先具皂莢澡豆及麻油。

*Hựu thị sư mộc dục thế đầu triêu đương trước pháp y, hữu thập nhị sự. Nhất giả vụ đương cung kính chấp sở nghi tác. Nhị giả tùy thời hàn ôn. Tam giả phất trừ dục thất. Tứ giả cụ tịnh dương thủy. Ngũ giả đương tiên cụ tạo giáp tháo đậu cập ma du.*

六者豫取淨手巾。七者寒具爐火。八者當端住於外無令人入。九者若去髮必令有常處。十者若曝法衣當待乾燥。十一者急事行當有所付。不得使忘去。十二者執事必宜復其常處。

*Lục giả dự thủ tịnh thủ cân. Thất giả hàn cụ lô hỏa. Bát giả đương đoan trụ ư ngoại, vô linh nhân nhập. Cửu giả nhược khứ phát tất linh hữu thường xứ. Thập giả nhược bộc pháp y đương đãi càn táo. Thập nhất giả cấp sự hành đương hữu sở phó, bất đắc sử vong khứ. Thập nhị giả chấp sự tất nghi phục kỳ thường xứ.*

又持香賦花有七事。一者當淨拭香爐。二者當捨去宿花。三者當裁火多少。四者賦香花從上座始。五者賦香時手相離五寸。六者執香爐無以自薰。七者畢竟當著常處。

*Hựu trì hương phú hoa hữu thất sự. Nhất giả đương tịnh thức hương lô. Nhị giả đương xả khứ túc hoa. Tam giả đương tài hỏa đa thiểu. Tứ giả phú hương hoa tùng thượng tòa thủy. Ngũ giả phú hương thời thủ tương ly ngũ thốn. Lục giả chấp hương lô vô dĩ tự huân. Thất giả tất cánh đương trước thường xứ.*

又然燈有八事。一者去故炷。二者梳洗燈爐令淨。三者當調適盛油。四者求淨炷。五者不令欲盡數往益之。六者朝當早起視護。七者油未盡當扶出餘炷聚著倚處別然令盡。八者畢竟徐還著本處。

*Hựu nhiên đăng hữu bát sự. Nhất giả khứ cố chú. Nhị giả sơ tẩy đăng lô linh tịnh. Tam giả đương điều thích thạnh du. Tứ giả cầu tịnh chú. Ngũ giả bất linh dục tận số vãng ích chi. Lục giả triêu đương tảo khởi thị hộ. Thất giả du vị tận đương phò xuất dư chú tụ trước ỷ xứ biệt nhiên linh tận. Bát giả tất cánh từ hoàn trước bổn xứ.*

若行採花及取楊枝。有九事。一者有主問其主。二者無主當呪願山澤樹神。三者取花及楊枝。不得拔其根株。四者於道路當直往還。五者不得慢惰語戲。

*Nhược hành thái hoa cập thủ dương chi hữu cửu sự. Nhất giả hữu chủ vấn kỳ chủ. Nhị giả vô chủ đương chú nguyện sơn trạch thọ thần. Tam giả thủ hoa cập dương chi bất đắc bạt kỳ căn chu. Tứ giả ư đạo lộ đương trực vãng hoàn. Ngũ giả bất đắc mạn nọa ngữ hý.*

六者設為人所犯。慎無與人交通。七者低頭內自剋責。勿令有恨心。八者若欲賦花當於上座始。九者當去萎花。

*Lục giả thiết vi nhân sở phạm thận vô dữ nhân giao thông. Thất giả đê đầu nội tự khắc trách vật linh hữu hận tâm. Bát giả nhược dục phú hoa, đương ư thượng tòa thủy. Cửu giả đương khứ ủy hoa.*

凡所施行不得自用。有十八事。一者出入行來當先白師。二者若欲宿行當先白師。三者若作新法衣當先白師。四者若欲著新法衣。當先白師從受。

*Phàm sở thi hành bất đắc tự dụng hữu thập bát sự. Nhất giả xuất nhập hành lai đương tiên bạch sư. Nhị giả nhược dục túc hành đương tiên bạch sư. Tam giả nhược tác tân pháp y đương tiên bạch sư. Tứ giả nhược dục trước tân pháp y đương tiên bạch sư tùng thọ.*

五者若欲浣法衣裳當先白師。六者若欲剃頭當先白師。七者若疾病服藥當先白師。八者若作眾僧事當先白師去。九者若欲私有具紙筆之輩當先白師。十者若諷起經唄當先白師。

*Ngũ giả nhược dục hoán pháp y thường đương tiên bạch sư. Lục giả nhược dục thế đầu đương tiên bạch sư. Thất giả nhược tật bệnh phục dược đương tiên bạch sư. Bát giả nhược tác chúng tăng sự đương tiên bạch sư khứ. Cửu giả nhược dục tư hữu cụ chỉ bút chi bối đương tiên bạch sư. Thập giả nhược phúng khởi kinh bối đương tiên bạch sư.*

十一者若人以物惠施。先白師已受取。十二者己物惠施人。當先白師。師聽然後與。十三者人從己假借。一一當先白師。師聽然後有與。十四者己欲從人假借。皆當白師。師聽得去。

*Thập nhất giả, nhược nhân dĩ vật huệ thí, tiên bạch sư dĩ thọ thủ. Thập nhị giả kỷ vật huệ thí nhân đương tiên bạch sư, sư thính nhiên hậu dữ. Thập tam giả nhân tùng kỷ giả tá, nhất nhất đương tiên bạch sư, sư thính nhiên hậu dĩ dữ. Thập tứ giả, kỷ dục tùng nhân giả tá giai đương bạch sư, sư thính đắc khứ.*

十五者欲白之儀先整衣服稽首為禮。十六者若其聽或不聽。皆當恭敬稽首作禮。十七者陳所欲知。十八者不得有恨意有所應辭報。

*Thập ngũ giả dục bạch chi nghi tiên chỉnh y phục, khể thủ vi lễ. Thập lục giả nhược kỳ thính hoặc bất thính giai đương cung kính khể thủ tác lễ. Thập thất giả trần sở dục tri. Thập bát giả bất đắc hữu hận ý, hữu sở ứng từ báo.*

又從師行先後還。有十六事。一者當整衣服。二者識所言趣常報應答。隨持錫杖手巾之輩。三者尋師後。四者無躡其影。五者無錫杖戲其前。六者不得道中與人語。七者不得惡師有過。八者師若遣還有所取當尋其來道。九者即當如其教行。

*Hựu tùng sư hành tiên hậu hoàn hữu thập lục sự. Nhất giả đương chỉnh y phục. Nhị giả thức sở ngôn, thú thường báo ứng đáp, tùy trì tích trượng, thủ cân chi bối. Tam giả tầm sư hậu. Tứ giả vô niếp kỳ hình. Ngũ giả vô tích trượng hý kỳ tiền. Lục giả bất đắc đạo trung dữ nhân ngữ. Thất giả bất đắc ố sư hữu quá. Bát giả sư nhược khiển hoàn hữu sở thủ đương tầm kỳ lai đạo. Cửu giả tức đương như kỳ giáo hành.*

十者慎無淹留。十一者師若使住為檀越說經。即當稽首承受節度。十二者暮當早還。十三者慎無留宿。十四者還到請禮問事先整衣服。十五者當五體投地稽首作禮。十六者禮師自如常法。

*Thập giả thận vô yểm lưu. Thập nhất giả sư nhược sử trụ vị đàn việt thuyết kinh tức đương khể thủ thừa thọ tiết độ. Thập nhị giả mộ đương tảo hoàn. Thập tam giả thận vô lưu túc. Thập tứ giả hoàn đáo thỉnh lễ vấn sự tiên chỉnh y phục. Thập ngũ giả đương ngũ thể đầu địa khể thủ tác lễ. Thập lục giả lễ sư tự như thường pháp.*

若獨行送死問疾。有九事。一者當主人門。當相進退之儀。有異座當坐。設無異座不宜雜坐。二者當視其座席無犯宜忌端坐。三者人若欲問經當宜知時。

*Nhược độc hành tống tử vấn tật hữu cửu sự. Nhất giả đương chủ nhân môn, đương tương tấn thối chi nghi, hữu dị tòa đương tọa, thiết vô dị tòa bất nghi tạp tọa. Nhị giả đương thị kỳ tòa tịch vô phạm nghi kỵ đoan tọa. Tam giả nhân nhược dục vấn kinh đương nghi tri thời.*

四者慎無為非時之說。五者主人設食。雖非時法會之食。無令失其儀軌。六者宜還及日。七者無犯夜行。八者若逼暮疾風雨臨時制宜。九者還畢如舊。

*Tứ giả thận vô vi phi thời chi thuyết. Ngũ giả chủ nhân thiết thực tuy phi thời pháp hội chi thực, vô linh thất kỳ nghi quỹ. Lục giả nghi hoàn cập nhật. Thất giả vô phạm dạ hành. Bát giả nhược bức mộ tật phong vũ lâm thời chế nghi. Cửu giả hoàn tất như cựu.*

若於道路與師相逢。有六事。一者當先整衣

服。二者當脫革屣。三者禮師當稽首足下。四者身尋師後。五者師若自別去當稽首承受節度。六者雖不與師相隨。所行禮節必令如常。

*Nhược ư đạo lộ dữ sư tương phùng hữu lục sự. Nhất giả đương tiên chỉnh y phục. Nhị giả đương thoát cách tỷ. Tam giả lễ sư đương khể thủ túc hạ. Tứ giả thân tầm sư hậu. Ngũ giả sư nhược tự biệt khứ, đương khể thủ thừa thọ tiết độ. Lục giả tuy bất dữ sư tương tùy, sở hành lễ tiết tất linh như thường.*

若眾僧食飯時。十六事。一者聞犍椎聲即當整衣服。二者當務脫革往住塔下。三者住必端嚴。四者若從師後到便位住。慎勿言笑有所及。五者若上人說經咒願。皆當恭敬慎無失儀。

*Nhược chúng tăng phạn thực thời hữu thập lục sự. Nhất giả văn kiền chùy thanh tức đương chỉnh y phục. Nhị giả đương vụ thoát cách vãng trụ tháp hạ. Tam giả trụ tất đoan nghiêm. Tứ giả nhược tùng sư hậu đáo tiện vị trụ, thận vật ngôn tiếu hữu sở cập. Ngũ giả nhược thượng nhân thuyết kinh chú nguyện, giai đương cung kính thận vô thất nghi.*

六者欲食之初。當先瞻望上下。七者食無眾人前食止無後眾。八者無訶食好惡。九者不得大餐小餐。十者慎無大咽。十一者不得大撓刮缽中。十二者不得樎叩案上。十三者不得求益。十四者不得以食私所與若摘與狗。十五者有來益食不得言不用。十六者說已飽當以手讓卻之。

*Lục giả dục thực chi sơ đương tiên chiêm vọng thượng hạ. Thất giả thực vô chúng nhân tiền thực, chỉ vô hậu chúng. Bát giả vô ha thực hảo ố. Cửu giả bất đắc đại xan tiểu xan. Thập giả thận vô đại ế. Thập nhất giả bất đắc đại náo loạn bát trung. Thập nhị giả bất đắc trước khấu án thượng. Thập tam giả bất đắc cầu ích. Thập tứ giả bất đắc dĩ thực tư sở dữ nhược trích dữ cẩu. Thập ngũ giả hữu lai ích thực bất đắc ngôn bất dụng. Thập lục giả thiết dĩ bão đương dĩ thủ nhượng khước chi.*

又眾僧說經。有十三事。若法會說經在溫室及清涼室若浴室。一者當整理衣服。二者當平視直進。三者無得道中與人語笑。四者以次禮所尊。五者卻入偶坐席。六者上座說經及位便坐。七者坐必端嚴。

*Hựu chúng tăng thuyết kinh hữu thập tam sự. Nhược pháp hội thuyết kinh tại ôn thất cập thanh lương thất, nhược dục thất. Nhất giả đương chỉnh lý y phục. Nhị giả đương bình thị trực tấn. Tam giả vô đắc đạo trung dữ nhân ngữ tiếu. Tứ giả dĩ thứ lễ sở tôn. Ngũ giả khước nhập ngẫu tọa tịch. Lục giả thượng tòa thuyết kinh cập vị tiện tọa. Thất giả tọa tất đoan nghiêm.*

八者慎無亂語。九者無大欬唾。十者無唾淨地違禮律。十一者若次應說經即當說。十二者為眾人所差上高座。當先審所舉措慎莫失儀。十三者若坐中有失義。當遏惡揚善。慎無苟且現之過。

*Bát giả thận vô loạn ngữ. Cửu giả vô đại thái thóa. Thập giả vô thóa tịnh địa vi lễ luật. Thập nhất giả nhược thứ ưng thuyết kinh tức đương thuyết. Thập nhị giả vị chúng nhân sở sai thượng cao tòa đương tiên thẩm sở cử thố thận mạc thất nghi. Thập tam giả nhược tọa trung hữu thất nghi đương át ác dương thiện, thận vô cẩu thả hiện chi quá.*

又眾僧說經十三事。若番次直日朝晡行禮。一者聞犍椎聲豫具香火。二者賦香如舊。三者整所宜次四者淨拂牀席。五者掃灑如法。六者若法會出所領分明付授檀越諸宜用。七者事畢領受畢令如初。

*Hựu chúng tăng thuyết kinh hữu thập tam sự. Nhược phiên thứ trực nhật triêu bô hành lễ. Nhất giả văn kiền chùy thanh dự cụ hương hỏa. Nhị giả phú hương như cựu. Tam giả chỉnh sở nghi thứ. Tứ giả tịnh phất sàng tịch. Ngũ giả tảo sái như pháp. Lục giả nhược pháp hội xuất sở lãnh phân minh phó thọ đàn việt chư nghi dụng. Thất giả sự tất lãnh thọ tất linh như sơ.*

八者門鑰相付。早關晚開一以為常。九者若有異賓當師邊聽所須當付。十者若有賓宿皆當整衣服住其常位。十一者有即對應聲分明。十二者住必端嚴無令失儀。十三者若欲暫出輒者。令人自代無令處空重呼。

*Bát giả môn thược tương phó tảo quan vãng khai nhất dĩ vi thường. Cửu giả nhược hữu dị tân đương sư biên thính sở tu đương phó. Thập giả nhược hữu tân túc giai đương chỉnh y phục trụ kỳ thường vị. Thập nhất giả hữu tức đối ứng thanh phân minh. Thập nhị giả trụ tất đoan nghiêm, vô linh thất nghi. Thập tam giả nhược dục tận xuất triếp giả, linh nhân tự đại, vô linh không xứ trùng hô.*

又直日所領知後十事。若為直日宜軌所修。其有眾事功夫。一者起塔。二者講堂設僧諸事。三者若作佛像常早起憂識事。四者當選所宜。用錯斧鋸必使常處。五者若所畫朱彩膠墨豫具所得。無令臨時有乏。

*Hựu trực nhật sở lãnh tri hậu thập sự. Nhược vi trực nhật nghi quỹ sở tu kỳ hữu chúng sự công phu. Nhất giả khởi tháp. Nhị giả giảng đường thuyết tăng chư sự. Tam giả nhược tác Phật tượng thường tảo khởi ưu thức sự. Tứ giả đương soạn sở nghi dụng thác phủ cứ tất sử thường xứ. Ngũ giả nhược sở họa chu thể lục mặc dự cụ sở đắc vô linh lâm thời hữu phạp.*

六者畢宜選錄復有常處(經本元少七者)八者數所領受。分明付授無令差跌。九者居有所市求。皆問於摩摩帝。十者出用令餘宣陳列令有本末。

*Lục giả tất nghi soạn lục phục hữu thường xứ. (Kinh bổn nguyên thiếu thất giả) Bát giả số sở lãnh thọ, phân minh phó thọ, vô linh sai phu. Cửu giả cư hữu sở thị cầu giai vấn ư ma-ma-đế. Thập giả xuất dụng linh dư tuyên trần liệt linh hữu bổn mạt.*

又獨行分衛十六事。若行分衛。一者務與人俱。二者若無人俱當知所可行處。三者應器常在左脅。四者帶應器之宜出時當以外向。五者以食來還當以內向。六者到人門户宜審舉措。七者家無男子慎無入門。

*Hựu độc hành phân vệ hữu thập lục sự. Nhược hành phân vệ, nhất giả vụ dữ nhân câu. Nhị giả nhược vô nhân câu đương tri sở khả hành xứ. Tam giả ứng khí thường tại tả hiếp. Tứ giả đối ứng khí chi nghi xuất thời đương dĩ ngoại hướng. Ngũ giả dĩ thực lai hoàn, đương dĩ nội hướng. Lục giả đáo nhân môn hộ đương thẩm cử thố. Thất giả gia vô nam tử thận vô nhập môn.*

八者若欲坐當先瞻視座席。九者設座有刀兵不應坐。十者設有寶物不應坐。十一者若設有婦女衣被嚴具之輩不應坐。都無此者然有及坐。十二者主人設食。十三所食者便當咒願。十四者不得問食好醜。十五者不先食說經。十六者雖欲說經。當知所應說時不宜說時。

*Bát giả nhược dục tọa đương tiên chiêm thị tòa tịch. Cửu giả thiết tòa hữu đao binh bất ưng tọa. Thập giả thiết hữu bảo vật bất ưng tọa. Thập nhất giả nhược thiết hữu phụ nữ y bị nghiêm cụ chi bối bất ưng tọa. Đô vô thử giả nhiên hữu cập tọa. Thập nhị giả chủ nhân thiết thực. Thập tam giả sở thực giả tiện đương chú nguyện. Thập tứ giả bất đắc vấn thực hảo xú. Thập ngũ giả bất tiên thực thuyết kinh. Thập lục giả tuy dục thuyết kinh, đương tri sở ưng thuyết thời, bất nghi thuyết thời.*

又市所求有九事。一者當低頭直往直還。二者若睹異物慎無察視。三者無諍貴賤。四者無坐女肆。五者若為人所犯方便避之。勿從求直。

*Hựu thị sở cầu hữu cửu sự. Nhất giả đương đê đầu trực vãng trực hoàn. Nhị giả nhược đổ dị vật, thận vô sát thị. Tam giả vô tranh quý tiện. Tứ giả vô tọa nữ tứ. Ngũ giả nhược vi nhân sở phạm, phương tiện tỵ chi, vật tùng cầu trị.*

六者賣買若於誠諦送直。無言來取致及反覆。七者已許某甲物。雖復更賤。無捨彼取此令主有恨。八者若見四輩人有賣買賤直，不令己任如，當言法不得爾。九者慎無保任致愆負。

*Lục giả mại mãi, nhược ư thành đế tống trực vô ngôn lai thủ, trí cập phản phúc. Thất giả dĩ hứa mỗ giáp vật tuy phục cánh tiện vô xả bỉ thủ thử linh chủ hữu hận. Bát giả nhược kiến tứ bối nhân hữu mại mãi tiện trực, bất linh kỷ nhậm như, đương ngôn pháp bất đắc nhĩ. Cửu giả thận vô bảo nhậm trí khiên phụ.*

又到比丘尼寺中有九事。若師使到比丘尼寺中。一者當與俱。二者遶塔作禮一如常法。三者若有異座訖無異座不得坐。四者疾病欲問經。當說所宜說。

*Hựu đáo tỳ-kheo ni tự trung hữu cửu sự. Nhược sư sử đáo tỳ-kheo ni tự trung. Nhất giả đương dữ câu. Nhị giả nhiễu tháp tác lễ, nhất như thường pháp. Tam giả nhược hữu dị tòa cật vô dị tòa bất đắc tọa. Tứ giả tật bệnh dục vấn kinh đương thuyết sở nghi thuyết.*

五者不得為非時之說。六者不得反人之非。七者若坐以珍異衣服巾履施惠一不得受。八者若還不得說其好醜。九者餘人不得言但用供養某。

*Ngũ giả bất đắc vi phi thời chi thuyết. Lục giả bất đắc phản nhân chi phi. Thất giả nhược tọa dĩ trân dị y phục cân lý huệ thí nhất bất đắc thọ. Bát giả nhược hoàn bất đắc thuyết kỳ hảo xú. Cửu giả dư nhân bất đắc ngôn đản dụng cúng dường mỗ.*

又講經誦法有八事。一者必令詳審所見不同。或左右各有所習。二者慎無專知據言此是彼非。三者同學變諍務令和解無令頗。四者眾事役勞。慎無自代顯己之功。

*Hựu giảng kinh tụng pháp hữu bát sự. Nhất giả tất linh tường thẩm sở kiến bất đồng hoặc tả hữu các hữu sở tập. Nhị giả thận vô chuyên tri cứ ngôn thử thị bỉ phi. Tam giả đồng học biến tránh vụ linh hòa giải vô linh phả. Tứ giả chúng sự dịch lao thận vô tự đại hiển dĩ chi công.*

五者大沙門說戒慎無矚之。六者知己有過犯於眾人。即當言悔與共和解。七者師若問言。某說卿有過。即當如事道之。八者無得隱蔽以成愆負。

*Ngũ giả đại sa-môn thuyết giới thận vô chúc chi. Lục giả tri kỷ hữu quá phạm ư chúng nhân tức đương ngôn hối dữ cộng hòa giải. Thất giả sư nhược vấn ngôn mỗ thuyết khanh hữu quá, tức đương như sự đạo chi. Bát giả vô đắc ẩn tế, dĩ thành khiên phụ.*

有論語有十事。常晝夜三時誦經行道。一者整衣服。二者若經行必令有常處。三者當於中。四者講堂中。五者或於塔下。六者亦飯堂中。七者不得躡革屣。八者不得木履。九者不得持杖。十者慎無臥誦經。

*Hữu luận ngữ hữu thập sự. Thường trú dạ tam thời tụng kinh hành đạo. Nhất giả chỉnh y phục. Nhị giả nhược kinh hành tất linh hữu thường xứ. Tam giả đương ư trung. Tứ giả giảng đường trung. Ngũ giả hoặc ư tháp hạ. Lục giả diệc phạn đường trung. Thất giả bất đắc niếp cách tỷù. Bát giả bất đắc mộc lý. Cửu giả bất đắc trì trượng. Thập giả thận vô ngọa tụng kinh.*

又誦經行有十事。房室中常法。一者寢息各異不相涉入。二者受經句讀。三者論經義。四者問訊疾病。五者或為便往。六者不得說不急之事。七者不得示人之非。八者不得轉相評論。九者借取與必分明。十者無違期約以失道信。

*Hựu tụng kinh hành hữu thập sự. Phòng thất trung thường pháp. Nhất giả tẩm tức các dị, bất tương thiệp nhập. Nhị giả thọ kinh cú độc. Tam giả luận kinh nghĩa. Tứ giả vấn phúng tật bệnh. Ngũ giả hoặc vi tiện vãng. Lục giả bất đắc thuyết bất cấp chi sự. Thất giả bất đắc thị nhân chi phi. Bát giả bất đắc chuyển tương bình luận. Cửu giả tích thủ dữ tất phân minh. Thập giả vô vi kỳ ước dĩ thất đạo tín.*

五德者。一者發心離俗。懷佩道故。二者毀其形好。應法服故。三者永割親愛。無適莫故。四者委棄身命。遵崇道故。五者志求大乘。為度人故。

*Ngũ đức giả. Nhất giả phát tâm ly tục, hoài bội đạo cố. Nhị giả hủy kỳ hình hảo ưng pháp phục cố. Tam giả vĩnh cát thân ái, vô thích mạc cố. Tứ giả hủy khí thân mạng tuân sùng đạo cố. Ngũ giả chí cầu đại thừa vị độ nhân cố.*

# LỄ THỌ GIỚI SA-DI NI

*Nghi thức thọ giới này trích dịch trong quyển Yết-ma do ngài Đàm-đế, người Thiên Trúc*[1] *dịch sang Hán ngữ năm 254.*

Như người muốn xuống tóc trong chùa ni nào, phải thưa với tất cả chúng ni tăng ở đó. Như chúng ni tăng không hội lại một chỗ thì phải đi đến từng người thưa rõ việc xin xuống tóc. Như chúng ni tăng đã hội lại đủ, phải thưa trước chúng ni tăng rồi sau mới được xuống tóc. Vị ni sư đỡ đầu thưa như thế này:

*Kính bạch chư đại tỷ tăng! Đệ tử đây tên là...(tên người xuống tóc) ..., đã xin với tôi là ...(tên vị ni sư) ... cho được xuống tóc. Như chư đại tỷ tăng thấy đây là lúc thích hợp và ưng thuận, xin nhận cho đệ tử ...(tên người xuống tóc) ... xuống tóc.*

Nếu như người muốn xuất gia giữa chúng ni tăng ở nơi nào, phải thưa xin với hết thảy chúng ni tăng nơi ấy. Như chúng ni tăng chẳng hội lại một chỗ, phải đến từng nơi mà thưa rõ việc xin xuất gia. Như chúng ni tăng đã hội lại đủ, vị ni sư đỡ đầu đứng trước đại chúng mà thưa như thế này:

*Kính bạch chư đại tỷ tăng! Đệ tử đây tên là...(tên người xuất gia) ..., đã xin với tôi là ...(tên vị ni sư) ... cho được xuất gia. Như chư đại tỷ tăng thấy đây là lúc thích hợp và ưng thuận, xin nhận cho đệ tử ...(tên người xuất gia) ... xuất gia.*

Bạch như vậy rồi, nếu chúng ni tăng ưng thuận cho

[1] Tức là nước Ấn Độ thời xưa.

xuất gia, ni sư dạy đệ tử mặc áo cà-sa vào, vai bên phải để trần, lộ cánh tay mặt ra, lại cởi bỏ giày dép, quỳ gối phải sát đất,[1] hai tay cung kính chắp lại. Rồi ni sư dạy cho bạch như thế này:

*Đệ tử tên là ... , nguyện quy y Phật, quy y Pháp, quy y Tăng, noi theo gương Phật xuất gia, xin thỉnh ni sư ... (tên vị hòa thượng ni sư) làm hòa thượng ni, nhận đức Như Lai chân đẳng chánh giác là bậc Thế Tôn của đệ tử.*

Lặp lại như thế ba lần rồi, lại bạch tiếp như thế này:

*Đệ tử tên là ... , nay đã quy y Phật, đã quy y Pháp, đã quy y Tăng, noi theo gương Phật xuất gia, đã thỉnh ni sư ... (tên vị hòa thượng ni sư) làm hòa thượng, nhận đức Như Lai chân đẳng chánh giác là bậc Thế Tôn của đệ tử.*

Lại cũng lặp lại như vậy ba lần. Rồi ni sư giáo thọ mới tuyên đọc lần lượt mười giới của sa-di ni, cụ thể như sau:

1. Giới luật của sa-di ni là trọn đời không được sát sanh. Đệ tử có thể vâng làm không?

Vị sa-di ni đáp: Thưa được.

2. Giới luật của sa-di ni là trọn đời không được trộm cắp. Đệ tử có thể vâng làm không?

Vị sa-di ni đáp: Thưa được.

3. Giới luật của sa-di ni là trọn đời không được dâm dục. Đệ tử có thể vâng làm không?

Vị sa-di ni đáp: Thưa được.

4. Giới luật của sa-di ni là trọn đời không được nói dối. Đệ tử có thể vâng làm không?

Vị sa-di ni đáp: Thưa được.

5. Giới luật của sa-di ni là trọn đời không được uống rượu. Đệ tử có thể vâng làm không?

---

[1] Tức là tư thế quỳ một chân.

Vị sa-di ni đáp: Thưa được.

6. Giới luật của sa-di ni là trọn đời không được dùng các thứ hoa, hương, dầu thơm để tô điểm lên thân thể. Đệ tử có thể vâng làm không?

Vị sa-di ni đáp: Thưa được.

7. Giới luật của sa-di ni là trọn đời không được ca múa, hát nhạc, cũng không đến xem hoặc nghe người khác. Đệ tử có thể vâng làm không?

Vị sa-di ni đáp: Thưa được.

8. Giới luật của sa-di ni là trọn đời không được nằm, ngồi trên giường ghế cao rộng. Đệ tử có thể vâng làm không?

Vị sa-di ni đáp: Thưa được.

9. Giới luật của sa-di ni là trọn đời không được ăn trái giờ. Đệ tử có thể vâng làm không?

Vị sa-di ni đáp: Thưa được.

10. Giới luật của sa-di ni là trọn đời không được cất giữ tiền, vàng bạc, vật quý giá. Đệ tử có thể vâng làm không?

Vị sa-di ni đáp: Thưa được.

*- Đó là mười giới của sa-di ni, phải giữ trọn đời không được hủy phạm. Đệ tử có thể vâng làm không?*

Vị sa-di ni đáp: Thưa được.

Mọi việc đều đã hoàn tất, vị thầy dặn dò sa-di ni rằng:

*Nay con đã thọ giới xong, nên cúng dường Tam bảo: Phật, Pháp, Tăng. Phải chuyên cần tu tập ba nghiệp thân, miệng và ý, phải học ngồi thiền, tụng kinh, siêng làm hết thảy các việc trong chúng tăng.*

(Nếu nhận cho người con gái chưa chồng 18 tuổi xuất gia, phải học giới luật đủ trong 2 năm, đủ 20 tuổi mới được xin với cả tăng và ni chúng mà cho thọ giới cụ túc làm tỳ-kheo ni. Đối với người nữ 10 tuổi đã từng có chồng,[1] có thể nhận cho học giới hai năm, đủ mười hai tuổi cho thọ giới cụ túc. Cũng phải học giới đủ hai năm như vậy.)

*Đến đây là hết phần nghi thức thọ giới của sa-di ni.*

[1] Nội dung này là do có hiện tượng tảo hôn trong xã hội Ấn Độ thời xưa. Tham khảo sách Phân tích giới tỳ-kheo ni của Tỳ-kheo Indacanda Việt dịch từ Tạng Luật tiếng Pali cũng thấy đề cập đến điều luật có ý nghĩa tương đương, quy định người nữ có chồng rồi xuất gia phải đủ ít nhất 12 tuổi. Xem nguyên bản Hán văn trong Đại Chánh Tạng, Tập 22, kinh số 1433, trang 1060, tờ b, dòng 23 và 24.

# PHẦN HÁN VĂN

## 度沙彌尼文

**Độ sa-di ni văn**

出曇無德律

*Xuất Đàm-vô-đức luật*

曹魏安息沙門曇諦譯

*Tào Ngụy An Tức Sa-môn Đàm Đế dịch*

若欲在寺內剃髮者。應白一切僧知。若不和合應房房語令知。若和合應作白。然後與剃髮。應作如是白。

*Nhược dục tại tự nội thế phát giả, đương bạch nhất thiết tăng tri. Nhược bất hòa hiệp, ưng phòng phòng ngứ linh tri. Nhược hòa hiệp ưng tác bạch, nhiên hậu dữ thế phát. Ưng tác như thị bạch.*

大姊僧聽。此某甲。欲從某甲求剃髮。若僧時到僧忍聽。為某甲剃髮。白如是。(白已為剃髮)

*Đại tỷ tăng thính, thử mỗ giáp dục tùng mỗ giáp cầu thế phát. Nhược tăng thời đáo tăng nhận thính, vị mỗ giáp thế phát. Bạch như thị. (Bạch dĩ vị thế phát.)*

欲在寺內出家者。應白一切僧若不和合應房房語令知。若和合應作白。然後與出家應作如是白。

*Dục tại tự nội xuất gia giả, ưng bạch nhất thiết tăng. Nhược bất hòa hiệp, ưng phòng phòng ngữ linh tri. Nhược hòa hiệp, ưng tác bạch, nhiên hậu dữ xuất gia. Ưng tác như thị bạch.*

大姊僧聽。此某甲。欲從某甲求出家。若僧時到僧忍聽。與某甲出家。白如是。

*Đại tỷ tăng thính, thử mỗ giáp dục tùng mỗ giáp cầu xuất gia. Nhược tăng thời đáo tăng nhận thính, dữ mỗ giáp xuất gia. Bạch như thị.*

應作如是出家教出家者。著袈裟已偏露右肩脫革屣右膝著地。合掌教作如是言。

*Ưng tác như thị xuất gia giáo xuất gia giả. Trước ca-sa dĩ thiên lộ hữu kiên, thoát cách tỷ, hữu tất trước địa, hiệp chưởng giáo tác như thị ngôn.*

我阿夷某甲。歸依佛歸依法歸依僧。我今隨佛出家。和尚尼某甲。如來無所著等正覺是我世尊。(如是三說)

*Ngã a-di mỗ giáp quy y Phật, quy y Pháp, quy y Tăng. Ngã kim tùy Phật xuất gia, hòa thượng ni mỗ giáp, Như Lai vô sở trước đẳng chánh giác thị ngã Thế Tôn. (Như thị tam thuyết)*

我阿夷某甲。歸依佛竟歸依法竟歸依僧竟。我今隨佛出家竟。和尚尼某甲。如來無所著等正覺。是我世尊。

*Ngã a-di mỗ giáp quy Phật cánh, quy y Pháp cánh, quy y Tăng cánh. Ngã kim tùy Phật xuất gia cánh, hòa thượng ni mỗ giáp, Như Lai vô sở trước đẳng chánh giác thị ngã Thế Tôn.*

第二第三亦如是說。如是說已應與受戒。

*(Đệ nhị, đệ tam diệc như thị thuyết. Như thị thuyết dĩ ưng dữ thọ giới)*

盡形壽不得殺生。是沙彌尼戒。能持不。(答言。能)

*Tận hình thọ bất đắc sát sanh, thị sa-di ni giới. Năng trì phủ? (Đáp ngôn: Năng)*

盡形壽不得盜。是沙彌尼戒。能持不。(答言。能)

*Tận hình thọ bất đắc đạo, thị sa-di ni giới. Năng trì phủ? (Đáp ngôn: Năng)*

盡形壽不得婬。是沙彌尼戒。能持不。(答言。能)

*Tận hình thọ bất đắc dâm, thị sa-di ni giới. Năng trì phủ? (Đáp ngôn: Năng)*

盡形壽不得妄語。是沙彌尼戒。能持不。(答言。能)

*Tận hình thọ bất đắc vọng ngữ, thị sa-di ni giới. Năng trì phủ? (Đáp ngôn: Năng)*

盡形壽不得飲酒。是沙彌尼戒。能持不。(答言。能)

*Tận hình thọ bất đắc ẩm tửu, thị sa-di ni giới. Năng trì phủ? (Đáp ngôn: Năng)*

盡形壽不得著華鬘香油塗身。是沙彌尼戒。能持不。(答言。能)。

*Tận hình thọ bất đắc trước hoa man, hương du đồ thân, thị sa-di ni giới. Năng trì phủ? (Đáp ngôn: Năng)*

盡形壽不得歌舞倡伎。亦不得故往觀聽。是沙彌尼戒。能持不。(答言。能)

*Tận hình thọ bất đắc ca vũ xướng kỹ, diệc bất đắc cố vãng quan thính, thị sa-di ni giới. Năng trì phủ? (Đáp ngôn: Năng)*

盡形壽不得高廣大牀上坐。是沙彌尼戒能持不。(答言。能)

*Tận hình thọ bất đắc cao quảng đại sàng thượng tọa, thị sa-di ni giới. Năng trì phủ? (Đáp ngôn: Năng)*

盡形壽不得非時食。是沙彌尼戒。能持不。(答言。能)

*Tận hình thọ bất đắc phi thời thực, thị sa-di ni giới. Năng trì phủ? (Đáp ngôn: Năng)*

盡形壽不得捉持生像金銀寶物。是沙彌尼戒。能持不。(答言。能)

*Tận hình thọ bất đắc tróc trì sanh tượng, kim ngân bảo vật, thị sa-di ni giới. Năng trì phủ? (Đáp ngôn: Năng)*

如是沙彌尼十戒。盡形壽不得犯。能持不。(答言。能)

*Như thị sa-di ni thập giới, tận hình thọ bất đắc phạm. Năng trì phủ? (Đáp ngôn: Năng)*

汝已受戒竟。當供養三寶佛寶法寶僧寶。當修三業坐禪誦經勸助衆事。

*Nhữ dĩ thọ giới cánh, đương cúng dường Tam bảo: Phật bảo, Pháp bảo, Tăng bảo. Đương tu tam nghiệp, tọa thiền tụng kinh, khuyến trợ chúng sự.*

(聽童女十八者二年學戒年滿二十。二部僧中受大戒。若年十歲曾出適者聽二歲學戒。年滿十二與受大戒。應如是與二歲學戒。)

*(Thính đồng nữ thập bát giả, nhị niên học giới, niên mãn nhị thập, nhị bộ tăng trung thọ đại giới. Nhược niên thập tuế, tằng xuất thích giả, thính nhị tuế học giới. Niên mãn thập nhị dữ thọ đại giới. Ưng như thị dữ nhị tuế học giới.)*

# THẬP GIỚI CỦA SA-DI-NI

*Bài này của một vị tăng Trung Hoa đời Hậu Hán soạn bằng Hán ngữ, khoảng thế kỷ 2, đã khuyết danh.*

Mười giới của sa-di ni thật ra không khác với mười giới của sa-di. Tuy nhiên, bài này được soạn với ý khuyến khích, sách tấn việc trì giới, nên chúng tôi cũng đưa vào để giúp ích thêm cho người muốn tu học.

1. Giới đầu tiên của sa-di ni là không được giết hại sanh mạng. Hãy thương yêu muôn loài như cha mẹ thương con, mở rộng lòng thương đến hết thảy các loài động vật lớn nhỏ, xem như con ruột của mình. Thế nào gọi là không giết hại? Phải tự phòng hộ cả ba nghiệp thân, miệng và ý. Không được tự tay mình giết hại hoặc chỉ bảo, sai khiến người khác giết hại. Không được ăn thịt những con vật mà mình nhìn thấy hoặc nghe biết, hoặc có nghi ngờ về sự giết hại chúng, hoặc người khác đã giết hại chúng là vì mình.[1]

   Sa-di ni phải cẩn thận ngay cả trong lời nói của mình. Không được nói việc muốn giết hại, muốn trả thù,[2] hoặc nói rằng giết hại là thích thú, khoái chí, hoặc khen chê bình phẩm con vật này là ốm, con vật

[1] Ngày xưa, khi đức Phật mới mở đạo, người ta chưa quen với việc ăn chay. Hơn nữa, người xuất gia khi đi khất thực đôi khi cũng phải nhận cúng dường tùy theo ý thí chủ, mà nhiều người cũng chưa biết là đệ tử Phật ăn chay. Do những nguyên nhân ấy, Phật châm chế cho phép được ăn thịt trong một số điều kiện nhất định. Tuy nhiên, về sau khi niềm tin đã vững và Phật pháp đã lan rộng, người xuất gia phải ăn chay hoàn toàn, không được ăn thịt.

[2] Cho dù không trực tiếp làm việc giết hại đó, cũng xem là phạm giới.

kia là mập, nhiều thịt ít thịt, hoặc thịt ngon thịt dở... Trong ý cũng không được nghĩ đến những chuyện như vậy. Hãy thương tưởng chúng sanh như thương chính thân mình, như cha mẹ, con cái của mình. Hãy hết lòng mà cầu đạo Đại thừa giải thoát. Đó là giới đầu tiên của sa-di ni.

2. Giới thứ hai của sa-di ni là không được trộm cắp. Không được lấy của ai dù là những vật nhỏ nhặt, ít giá trị nhất. Chủ nhân không tự ý cho mình thì không được lấy. Miệng cũng không được nói đến, tâm ý không nghĩ đến những chuyện trộm cắp. Mắt không mê đắm theo hình sắc, tai không mê đắm theo âm thanh, mũi không mê đắm theo mùi hương, lưỡi không mê đắm theo vị ngon ngọt, thân không mê đắm y phục tốt đẹp, tâm không mê đắm sự tham muốn. Đối với sáu điều ấy đều không mê đắm thì có thể đứng vững, tự làm chủ được mình bằng trí tuệ sáng suốt, như vậy gọi là không mắc vào tội trộm cắp. Đó là giới thứ hai của sa-di ni.
3. Giới thứ ba của sa-di ni là không được phạm vào chuyện dâm dục. Như thế nào gọi là không được phạm vào dâm dục? Phải một lòng trong sạch. Thân không làm chuyện dâm dục, miệng không nói lời dâm ô, cho đến trong tâm cũng không nghĩ đến. Tự giữ mình trong sáng, như gió thổi giữa hư không, không gì vướng mắc được. Thân không làm, mắt không nhìn đến, tai không nghe, mũi không ngửi, miệng không nói, tâm không tưởng đến, tất cả đều xa lìa chuyện dâm dục. Hãy quán xét thân này chẳng qua chỉ là tứ đại giả hợp. Trong tứ đại ấy, đất nước gió lửa đều chẳng có món nào thật sự là ta, là người, không có cả thọ mạng, vậy chấp vào đâu mà có sự dâm dục,

chấp vào đâu mà vướng mắc? Tâm ý luôn hướng đến Không, Vô tướng, Nguyện.[1] Đó là giới thứ ba của sa-di ni.

4. Giới thứ tư của sa-di ni là không được nói hai lưỡi, nói lời độc ác. Phải nói những lời ôn hòa, hiền hậu. Không thấy đừng nói là thấy, không nghe đừng nói là nghe, thấy điều ác chớ nên truyền bá, nghe điều ác chớ nên lặp lại. Phải thẳng thắn mà tránh xa những lời độc ác, thường làm theo bốn tâm từ, bi, hỷ, xả.[2] Không nói những lời sai quấy. Nói ra lời nào đều là việc đạo, không được bàn luận chuyện thế sự, chính sự. Thường ngợi khen kinh pháp, giới pháp chính của Bồ Tát, tâm chí hướng theo Đại thừa, chẳng phải vì những việc học hỏi nhỏ nhặt, nên thường làm theo bốn tâm vô lượng. Đó là giới thứ tư của sa-di ni.

5. Giới thứ năm của sa-di ni là không được uống rượu. Chẳng những không được nghiện rượu, mà cũng không được nếm thử rượu nữa. Rượu dẫn đến rất nhiều lỗi lầm.[3] Rượu làm bại hoại phong hóa, tan rã gia đình, nguy hại đến sức khỏe và mạng sống của bản thân, muốn đi bên này lại đến bên kia, muốn nắm vật này lại cầm vật nọ; mất hẳn chủ ý, không thể tụng kinh, không thể thờ kính Tam bảo; khinh thầy, bỏ bạn, bất hiếu với cha mẹ; tâm ý bế tắc, kéo dài sự ngu muội mãi mãi, không thể thấy được đạo lớn, tâm ý không có nhận thức. Vì vậy không được uống rượu, chỉ mong muốn sao cho lìa khỏi được năm

[1] Tức là ba môn giải thoát (Tam giải thoát môn).

[2] Nguyên văn là "thường hành tứ đẳng", ở đây ý chỉ đến Tứ vô lượng tâm, tức là từ, bi, hỷ, xả.

[3] Nguyên văn là "tam thập lục thất" (36 lỗi), con số 36 ở đây chỉ là tượng trưng, ý nói rất nhiều.

ấm,[1] năm dục,[2] năm triền cái,[3] chứng đắc năm thần thông,[4] vượt qua năm nẻo.[5] Đó là giới thứ năm của hàng sa-di ni.

6. Không được giữ lấy các loại hoa và hương thơm để tự xông ướp, trang sức, làm thơm làm đẹp cho mình. Các thứ quần áo, giày dép, chăn màn của mình dùng, đều không được tô điểm bằng năm màu chính để cho tăng phần đẹp đẽ. Không được dùng các loại y phục, trang sức quý giá như gấm vóc, tơ lụa, vòng vàng, chuỗi ngọc... cũng không được nhìn ngắm những thứ ấy. Phải mặc y phục theo đúng pháp bằng vải thô xấu, nhuộm những màu xấu xí vào. Khi đi ra ngoài thì phải cúi mặt xuống mà đi. Trong lòng mong muốn trừ bỏ sáu điều nguy hại[6] thì phải lấy giới hạnh làm hương thơm, lấy việc cầu tụng pháp mầu sâu thẳm làm của cải quý giá, cầu được Ba mươi hai tướng tốt làm chuỗi ngọc trang sức, lấy việc vun trồng các vẻ đẹp oai nghi của thân làm trang phục che chở cho mình. Nguyện được sáu phép thần thông không ngăn

---

[1] Năm ấm, hay năm uẩn, là sắc, thọ, tưởng, hành, thức.

[2] Năm dục là năm sự tham muốn: mắt tham muốn sắc đẹp, tai tham muốn âm thanh êm dịu, mũi tham muốn hương thơm, lưỡi tham muốn vị ngon, thân thể tham muốn sự xúc chạm êm ái.

[3] Tức là Ngũ cái, năm sự che lấp, chướng ngại. Đó là lòng tham, sự nóng giận, sự mê ngủ, sự hối tiếc, xao động và sự nghi ngờ.

[4] Tức là Ngũ thông, gồm có Thiên nhãn thông, Thiên nhĩ thông, Tha tâm thông, Túc mạng thông và Như ý thông.

[5] Tức là Ngũ đạo, là những chỗ sanh ra của chúng sanh trong luân hồi, gồm có cõi trời, cõi người, cõi địa ngục, cõi ngạ quỷ và cõi súc sanh. Nếu nói lục đạo thì thêm vào cảnh giới của loài a-tu-la.

[6] Nguyên văn là “lục suy”, là sáu điều làm cho người ta phải suy sụp. Đó cũng chính là lục trần: sắc, thanh, hương, vị, xúc, pháp. Vì mê đắm theo những thứ này thì phải suy sụp, nên gọi là lục suy.

ngại, lấy sáu pháp ba-la-mật mà dẫn dắt cho người khác, đó là giới thứ sáu của sa-di ni.

7. Giới thứ bảy của sa-di ni là không được ngồi, nằm trên ghế cao, giường rộng có khảm bạc vàng và bao phủ bằng gấm vóc quý giá đủ màu. Không được nghĩ đến hoặc chỉ bảo, sai khiến người khác tìm cách để có những giường, ghế tốt đẹp, chiếu, gối, màn, quạt có tô điểm đẹp đẽ đủ màu. Không được mang những vòng nơi cánh tay, nhẫn trong ngón tay. Những món quý là chánh trực, đức tin, giới hạnh, đức tàm quý, bố thí, học rộng, trí tuệ, một lòng chuyên cần thường cầu chánh định; phải lấy những món ấy mà làm giường chiếu của mình, lấy tâm không dao động, sự sáng suốt tự nhiên mà làm chỗ ngồi. Bảy giác chi[1] kiên định không lay chuyển, chí hướng về nơi tâm đạo. Đó là giới thứ bảy của sa-di ni.

8. Giới thứ tám của sa-di ni là không được nghe ca hát, đàn, trống, sáo, phách các thứ âm nhạc. Không tự mình phạm vào, cũng không được chỉ bảo, sai khiến người khác làm. Thường tự tu thân, làm theo chánh pháp, không phạm vào tà hạnh. Một lòng nương theo Phật, lấy việc tụng kinh, thực hành chân chánh làm niềm vui trong đạo pháp của mình, không chạy theo những thú vui thế tục. Nghe kinh suy xét hiểu thấu nghĩa mầu. Khi không có bệnh thì không được ngồi lên các thứ xe cộ. Nên nghĩ đến sự thanh thản nhẹ nhàng khi đạt được tám loại thần thông[2] chẳng thể

[1] Bảy giác chi, tiếng Phạn là Saptabodhyaṅga, Hán dịch là Thất giác chi, gồm có: Trạch pháp giác chi, Tinh tấn giác chi, Hỷ giác chi, Khinh an giác chi, Niệm giác chi, Định giác chi và Xả giác chi. Bảy giác chi này thuộc về nhóm Ba mươi bảy phẩm trợ đạo hay còn gọi là Ba mươi bảy phần Bồ-đề (Tam thập thất Bồ-đề phần).

[2] Tám loại thần thông, tức là Bát thần thông, hay Bát thần biến. Cũng gọi là Bát tự tại. Gồm có: 1. Năng tiêu. 2. Năng đại. 3. Năng khinh. 4. Năng tự tại. 5. Năng hữu chủ. 6. Năng viễn chí. 7. Năng động. 8. Tùy ý.

nghĩ bàn, xem đó là xe cộ dùng để vượt qua tám nạn.[1] Đó là giới thứ tám của sa-di ni.

9. Giới thứ chín của sa-di ni là không được tích lũy, chứa giữ những vật quý báu. Không được tự mình lấy, cũng không được chỉ bảo, sai khiến người khác lấy. Thường tự mình phải chuyên cần, tinh tấn, lấy đạo pháp cho là quý báu, lấy kinh điển cho là cao trổi, lấy ý nghĩa cho là mầu nhiệm, lấy việc hiểu rõ ba môn giải thoát: Không, Vô tướng, Vô nguyện làm căn bản, thẳng đến ba cửa giải thoát ấy, chẳng cầu sự tham dục. Lòng chỉ cầu được xa lìa chín sự phiền não,[2] an trụ rất lâu trong đạo pháp không có giới hạn cùng tột, mà cũng là không có chỗ trụ. Đó là giới thứ chín của sa-di ni.

10. Giới thứ mười của sa-di ni là không được ăn trái giờ. Thường phải ăn đúng giờ, không được để quá. Khi đã qua giờ ngọ rồi không được ăn nữa. Cho dù có món ngon đến đâu cũng không ăn, lại cũng không chỉ bảo, sai khiến người khác phạm vào, thậm chí tâm ý cũng không được nghĩ đến. Cho dù có món ăn ngon tột bật tự nhiên được mang đến cũng không ăn. Dù những người quyền cao chức trọng mà quá giờ đến cúng dường món ăn cũng không ăn. Dù cho phải chết cũng chẳng phạm giới này. Thường suy nghĩ đến việc thiền định, còn hết thảy món ăn thức uống chỉ cần vừa đủ để nuôi sống mà thôi. Phải cầu hiểu hết những điều

---

[1] Tám nạn, hay tám nan xứ, là tám điều kiện khiến cho chúng sanh khó tu tập đạt đến giải thoát. Đó là: 1. Sanh vào địa ngục, 2. Sanh làm ngạ quỷ, 3. Sanh làm súc sanh, 4. Sanh ở cõi trời trường thọ, 5. Sanh ở cõi biên địa, 6. Khuyết căn, các căn không đầy đủ, 7. Tin theo tà kiến, 8. Không gặp Phật ra đời.

[2] Chín sự phiền não: Cửu não, hay cũng gọi là Cửu nạn, là chín sự kiện không hay mà đức Phật Thích-ca Mâu-ni đã phải trải qua như bị ám hại, bị vu cáo... Tuy nhiên, ở đây dùng với ý chỉ chung tất cả những phiền não chướng ngại trên đường tu tập.

sâu xa, đạt tới mọi chí nguyện, chứng đắc Mười lực,[1] lấy đó làm món ăn thức uống của mình. Đó là giới thứ mười của sa-di ni.

***

Sa-di ni đã thọ mười giới rồi, nguồn đạo tư duy được thuần thục. Có thể giữ trọn vẹn được mười điều này thì cho đến năm trăm giới cũng tự nhiên đầy đủ.

[1] Mười lực: Thập lực hay Thập chủng lực, mười năng lực trí tuệ của Phật.

# PHẦN HÁN VĂN

## 沙彌尼十戒

***Sa-di ni thập giới***

在後漢錄

*Tại Hậu Hán lục*

沙彌尼初戒。不得殺生。慈愍群生如父母念子。加哀蠕動猶如赤子。何謂不殺。護身口意。身不殺人物蚑行喘息之類。而不手為亦不教人。見殺不食。聞殺不食疑殺不食。為我殺不食。

*Sa-di ni sơ giới, bất đắc sát sanh, từ mẫn quần sanh như phụ mẫu niệm tử. Gia ai nhuyễn động du như xích tử. Hà vị bất sát? Hộ thân khẩu ý. Thân bất sát nhân, vật kỳ hành suyễn tức chi loại, nhi bất thủ vi, diệc bất giáo nhân. Kiến sát bất thực, văn sát bất thực, nghi sát bất thực, vị ngã sát bất thực.*

口不說言當殺當害報怨。亦不得言死快殺快。某肥某瘦。某肉多好。某肉少也。意亦不念當有所賊殺。於某快乎。某畜肥某瘦。哀諸眾生如己骨髓。如父如母如子如身。等無差特。普等一心常志大乘。是為沙彌尼始學戒也。

*Khẩu bất thuyết ngôn đương sát đương hại báo oán, diệc bất đắc ngôn tử khoái sát khoái. Mỗ phì mỗ sấu, mỗ nhục đa hảo, mỗ nhục thiểu dã. Ý diệc bất niệm đương hữu sở tặc sát ư mỗ khoái hồ. Mỗ súc phì mỗ sấu, ai chư chúng sanh như kỷ cốt tủy, như phụ, như mẫu, như tử, như thân, đẳng vô sai đặc, phổ đẳng nhất tâm thường chí Đại thừa. Thị vi sa-di ni thủy học giới dã.*

沙彌尼戒。不得盜竊。一錢以上草葉毛米。不得取也。主不手與不得取。口不言取。心不念取。目不愛色。耳不愛聲。鼻不盜香。舌不偷味。身不貪衣。心不竊欲。六情無著。常立權慧。則曰不盜。是為沙彌尼戒也。

*Sa-di ni giới, bất đắc đạo thiết. Nhất tiền dĩ thượng, thảo diệp mao mễ bất đắc thủ dã. Chủ bất thủ dữ bất đắc thủ. Khẩu bất ngôn thủ, tâm bất niệm thủ, mục bất ái sắc, nhĩ bất ái thanh, tỉ bất đạo hương, thiệt bất du vị, thân bất tham y, tâm bất thiết dục, lục tình vô trước, thường lập quyền huệ tắc viết bất đạo. Thị vi sa-di ni giới dã.*

沙彌尼戒不得婬泆。何謂不得。一心清潔身不婬泆。口不說婬。心不念婬。執己鮮明。如虛空風無所倚著。身不行婬。目不婬視。耳不婬聽。鼻不婬香。口不婬言。心不存欲。觀身四大本無所有。計地水火風無我無人無壽無命。何所婬泆。何所著乎。志空無相願。是為沙彌尼戒也。

*Sa-di ni giới bất đắc dâm dật. Hà vị bất đắc? Nhất tâm thanh khiết. Thân bất dâm dật, khẩu bất thuyết dâm, tâm bất niệm dâm, chấp kỷ tiên minh, như hư không phong vô sở ỷ trước. Thân bất hành dâm, mục bất dâm thị, nhĩ bất dâm thính, tỷ bất dâm hương, khẩu bất dâm ngôn, tâm bất tồn dục, quán thân tứ đại bổn vô sở hữu, kế địa thủy hỏa phong vô ngã vô nhân, vô thọ vô mạng, hà sở dâm dật, hà sở trước hồ? Chí không vô tướng nguyện. Thị vi sa-di ni giới dã.*

沙彌尼戒。不得兩舌惡言。言語安詳。不見莫言見。不聞莫言聞。見惡不傳。聞惡不宣。惡言直避常行四等。無有非言。言輒說道。不得論說俗事。不講王者臣吏賊事。常歎經法菩薩正戒。志于大乘不為小學。行四等心。是為沙彌尼戒也。

*Sa-di ni giới bất đắc lưỡng thiệt, ác ngôn. Ngôn ngữ an tường. Bất kiến mạc ngôn kiến, bất văn mạc ngôn văn. Kiến ác bất truyền, văn ác bất tuyên. Ác ngôn trực tỵ thường hành tứ đẳng vô hữu phi ngôn. Ngôn triếp thuyết đạo bất đắc luận thuyết tục sự. Bất giảng vương giả thần sử tặc sự. Thường thán kinh pháp Bồ Tát chánh giới, chí vu Đại thừa bất vị tiểu học. Hành tứ đẳng tâm. Thị vi sa-di ni giới dã.*

沙彌尼戒。不得飲酒。不得嗜酒。不得嘗酒。酒有三十六失。失道破家危身喪命。皆悉由之。牽東引西。持南著北。不能諷經不敬三尊。輕易師友不孝父母。心閉意塞世世愚癡。不值大道其心無識。故不飲酒。欲離五陰五欲五蓋。得五神通得度五道。是為沙彌尼戒也。

*Sa-di ni giới bất đắc ẩm tửu. Bất đắc thị tửu, bất đắc thường tửu. Tửu hữu tam thập lục thất, thất đạo phá gia, nguy thân táng mạng giai tất do chi. Khiên đông dẫn tây trì nam trước bắc, bất năng phúng kinh, bất kính tam tôn, khinh dị sư hữu, bất hiếu phụ mẫu, tâm bế ý tắc, thế thế ngu si bất trị đại đạo, kỳ tâm vô thức, cố bất ẩm tửu. Dục ly ngũ ấm, ngũ dục, ngũ cái, đắc ngũ thần thông, đắc độ ngũ đạo. Thị vi sa-di ni giới dã.*

沙彌尼戒。不得持香華自熏飾衣被履縷。不得五色。不得以眾寶自瓔珞。不得著錦繡綾羅綺縠。不得綺視。當著麤服青黑木蘭及泥洹裏衣低頭而行。欲除六衰。以戒為香。求誦深法以為真寶。三十二相以為瓔珞。得殖眾好以為被服。願六神通無礙。六度導人。是為沙彌尼戒也。

*Sa-di ni giới bất đắc trì hương hoa tự huân sức, y bị lý lũ bất đắc ngũ sắc, bất đắc dĩ chúng bảo tự anh lạc, bất đắc trước cẩm tú lăng la ỷ hộc, bất đắc ỷ thị. Đương trước thô phục, thanh hắc mộc lan, cập nê hoàn lý y, đê đầu nhi hành. Dục trừ lục suy dĩ giới vi hương, cầu tụng thâm pháp dĩ vi chân bảo. Tam thập nhị tướng dĩ vi anh lạc, đắc thực chúng hảo dĩ vi bị phục. Nguyện lục thần thông vô ngại lục độ đạo nhân. Thị vi sa-di ni giới dã.*

沙彌尼戒。不得坐金銀高牀，綺繡錦被寶綩綖。不得念之。不得教求索好牀榻席五色畫扇上好孺拂。不得著臂釧指鐶。直信戒慚愧施。博聞智慧一心精專。常求三昧以為牀榻。心不動搖。眾慧自然以為坐具。七覺不轉志于道心。是為沙彌尼戒也。

*Sa-di ni giới bất đắc tọa kim ngân cao sàng, ỷ tú cẩm bị bảo uyển diên, bất đắc niệm chi. Bất đắc giáo cầu sách hảo sàng tháp tịch ngũ sắc họa phiến thượng hảo tiêu phất. Bất đắc trước tý xuyến chỉ hoàn. Trực tín giới tàm quý thí bác văn trí huệ nhất tâm tinh chuyên thường cầu tam muội dĩ vi sàng tháp. Tâm bất động diêu, chúng huệ tự nhiên dĩ vi tọa cụ. Thất giác bất chuyển, chí vu đạo tâm. Thị vi sa-di ni giới dã.*

沙彌尼戒。不得聽歌舞音樂聲拍手鼓節。不得自為亦不教人。常自修身順行正法。不為邪行。一心歸佛誦經行正。以為法樂。不為俗樂。聽經思惟深入大義。自不有疾。不得乘車馬象。當念輕舉八不思議神通之達。以為車乘度脫八難。是為沙彌尼戒也。

*Sa-di ni giới bất đắc thính ca vũ âm nhạc thanh phách thủ cổ tiết. Bất đắc tự vi, diệc bất giáo nhân. Thường tự tu thân thuận hành chánh pháp bất vi tà hạnh. Nhất tâm quy Phật, tụng kinh hành chánh dĩ vi pháp lạc, bất vị tục lạc. Thính kinh tư duy thâm nhập đại nghĩa, tự bất hữu tật, bất đắc thừa xa mã tượng, đương niệm khinh cử bát bất tư nghị thần thông chi đạt, dĩ vi xa thừa độ thoát bát nạn. Thị vi sa-di ni giới dã.*

沙彌尼戒。不得積聚珍寶。不得手取。不得教人。常自專精以道為寶。以經為上。以義為妙。解空無相無願為本。至於三脫不求貪欲。欲離九惱。住道甚久無窮無極。無有邊際亦無所住。是為沙彌尼戒也。

*Sa-di ni giới bất đắc tích tụ trân bảo, bất đắc thủ thủ, bất đắc giáo nhân. Thường tự chuyên tinh dĩ đạo vi bảo, dĩ kinh vi thượng dĩ nghĩa vi diệu, giải không vô tướng vô nguyện vi bổn, chí ư tam thoát bất cầu tham dục, dục ly cửu não trụ đạo thậm cửu, vô cùng vô cực, vô hữu biên tế, diệc vô sở trụ. Thị vi sa-di ni giới giả.*

沙彌尼戒食不失時。常以時食不得失度。過日中後不得復食。雖有甘美無極之味。終不復食。亦不教人犯。心亦不念。假使無上自然食來。亦不得食也。若長者國王過日中後。亦不服食。終死不犯。常思禪定。一切飲食雖有所食。裁自支命。欲令一切解深達願。得十種力以為飲食。是為沙彌尼戒也。

*Sa-di ni giới thực bất thất thời. Thường dĩ thời thực bất đắc thất độ. Quá nhật trung hậu bất đắc phục thực. Tuy hữu cam mỹ vô cực chi vị chung bất phục thực, diệc bất giáo nhân phạm. Tâm diệc bất niệm, hà sử vô thượng tự nhiên thực lai, diệc bất đắc thực dã. Nhược trưởng giả quốc vương quá nhật trung hậu diệc bất phục thực, chung tử bất phạm. Thường tư thiền định, nhất thiết ẩm thực tuy hữu sở thực tài tự chi mạng. Dục linh nhất thiết giải thâm đạt nguyện, đắc thập chủng lực dĩ vi ẩm thực. Thị vi sa-di ni giới dã.*

沙彌尼已受十戒。原道思純。能行是十事。五百戒自然具足。

*Sa-di ni dĩ thọ thập giới, nguyên đạo tư thuần, năng hành thị thập sự, ngũ bá giới tự nhiên cụ túc.*

# OAI NGHI CỦA SA-DI-NI

*Bài này của một vị tỳ-kheo Trung Hoa đời Đông Tấn dịch sang Hán ngữ, đã khuyết danh, vào khoảng năm 400.*

*Oai nghi của sa-di ni, về căn bản phải giữ đủ những điều như sa-di, nhưng có một số điểm được lưu ý đặc biệt hơn. Vì thế, khi đọc phần này nên đối chiếu với phần Oai nghi của sa-di.*

Sa-di ni không được mặc y phục bằng tơ lụa có nhiều màu sắc rực rỡ, chói lọi.

Không được may, mua sắm y phục ấy cho kẻ khác.

Không được nói những lời giễu cợt, ác ý.

Không được chỉ bảo, sai khiến kẻ khác nói lời thô tục.

Không được cùng với những người nữ cư sĩ ngắm nghía hình dáng của nhau để đùa cợt.

Không được ở nơi chỗ vắng vẻ mà trút bỏ y phục, phô bày thân thể.

Không được soi gương mà đánh phấn, vẽ chân mày...

Không được nóng giận nói ra những lời oán ghét, mắng nhiếc.

Không được tư tưởng đến việc giao tiếp cùng nam giới, rồi hỏi người nữ cư sĩ xem việc ấy như thế nào.

Không được ngồi trên thảm lông, nệm gấm.

Không được mang giày da, cũng không được làm ra hoặc mua sắm cho kẻ khác.

Không được tham muốn tiền bạc của cha mẹ ở nhà, hoặc cố tìm cách để người khác phải mang tiền bạc, của cải trao cho mình.

Không được ngồi trên giường của phụ nữ tại gia, mở hòm, tủ của họ mà xem y phục rồi khen chê, bình phẩm tốt xấu.

Từ mười sáu tuổi trở lên, thiếu nữ nào muốn làm sa-di ni, phải có nết na trong sạch, không có tiếng xấu với đời và phải được cha mẹ ưng thuận. Người mắc bệnh vô sinh[1] và các bệnh kín không được thu nhận.

Không được ở đêm chung phòng với một vị tỳ-kheo, cũng không được ngồi chung một chỗ.

Không được cùng tỳ-kheo nhìn ngắm hình thể của nhau mà đùa cợt.

Không được sử dụng mền đắp, y phục của sa-di khi nằm.

Không được nghịch phá đồ đạc, y phục của chúng tăng.

Không được tự tay trao đồ vật cho nam giới. Như có vật cần đưa thì để xuống đất cho người kia đến lấy.

Không được lõa hình tắm chung với hàng phụ nữ tại gia.

Không được một mình đi đến phòng của tăng để hỏi nghĩa kinh.

Không được nói chuyện thế tục.

Không được cười nói, đùa cợt khi tụng đọc kinh điển, không được quay nhìn sang hai bên, không được gục đầu tựa trên tay.

---

[1] Vô sinh: Không thể có con được.

Đi học kinh kệ, phải nhớ năm điều:

1. Phải có một vị ni lớn tuổi cùng đi.
2. Ngồi cách xa thầy chừng sáu thước.[1]
3. Phải quỳ mà hỏi.
4. Chỉ được hỏi về ý nghĩa mà thôi.
5. Còn kinh văn phải thuộc lòng, tự biết.

Đến thăm thầy khi có bệnh, phải nhớ bốn điều này:

1. Có quan hệ thân thuộc nên đến thăm.
2. Nên có ba người cùng đi chung nhau.
3. Ngồi cách giường thầy sáu thước, quỳ mà hỏi thăm sức khỏe thầy.
4. Thăm hỏi xong phải về ngay, không được bàn luận chuyện gì khác.

Nằm ngủ, phải nhớ năm điều này:

1. Nằm xuống liền phải niệm Phật.
2. Nằm nghiêng bên mặt, xếp mình, không được duỗi thẳng chân.
3. Đầu hơi cúi xuống ngực.
4. Che đắp thân thể không được để lộ ra.
5. Không được để tay gần chỗ bất tịnh.[2]

Có việc đến nhà thí chủ, phải nhớ năm điều này:

1. Trước hết phải lễ Phật.
2. Sau đó lễ thầy và chúng tăng.
3. Khi có nữ thí chủ thỉnh mới nên đến.
4. Đến trình với thầy, phải đứng ngay phía trước thầy, cách sáu thước.
5. Đến nhà, chỉ ngồi nơi ghế dành riêng cho mình.

---

[1] Thước cổ của Trung Hoa, chừng 33cm.

[2] Tức là âm hộ.

Nếu nghỉ lại ở nhà thí chủ, phải nhớ có năm điều không nên làm:

1. Không được vào phòng riêng của phụ nữ để nói chuyện, cười đùa.
2. Không được đến nhà bếp ngồi ăn uống.
3. Không được nói chuyện riêng với phụ nữ giúp việc trong nhà.
4. Không được một mình đi ra nhà sau.
5. Không được cùng với người khác vào nhà vệ sinh, không được ngồi trên bàn cầu dành cho nam giới.

Vào nhà tắm, phải nhớ năm điều:

1. Không được tắm chung với nữ cư sĩ.
2. Không được tắm chung với người giúp việc nữ.
3. Không được tắm chung với trẻ con.
4. Không được dùng nước của người khác mang đến, phải tự mình xách nước lấy mà dùng.
5. Không được nhìn ngắm hình thể chỗ kín của mình.

Khi dâng hương, phải nhớ năm điều này:

1. Không được ngoái nhìn hai bên.
2. Không được dâng hương một mình với người cư sĩ nam.
3. Không được dâng hương một mình với người giúp việc.
4. Phải đứng ngay ngắn.
5. Không được quay lưng về phía tượng Phật.

Buổi sáng thức dậy phải nhớ năm điều:

1. Phải làm vệ sinh sạch sẽ rồi mới mặc pháp y.
2. Làm lễ tượng Phật.
3. Tiếp đến lễ thầy.

4. Lui lại cách thầy sáu thước mà thưa hỏi vấn an.
5. Sau đó mới được rời đi ra ngoài.

Khi thầy dạy dỗ, phải nhớ năm điều này:

1. Khi hỏi những chỗ không hiểu trong kinh điển, giới luật, thì phải chú ý lắng nghe.
2. Như có bị quở trách thì phải biết hối lỗi, tự trách.
3. Không được che giấu chỗ lỗi lầm.
4. Không được cãi lý theo ý mình.
5. Không được nhìn thầy bằng ánh mắt chẳng lành.

Khi giặt y phải bốn điều này:

1. Chọn chỗ khuất vắng, quỳ xuống mà giặt.
2. Đổ nước dơ nơi chỗ khuất, không được đổ ra nơi có người đi lại.
3. Phải chờ cho khô, vừa khô nên lấy vào ngay.
4. Không được để rơi xuống đất.

Đi trên đường phải nhớ năm điều này:

1. Nên có ba người cùng đi.
2. Nên đi với một vị tỳ-kheo ni lớn tuổi.
3. Hoặc cùng đi với cư sĩ nữ.
4. Phải nhìn thẳng phía trước chừng sáu thước.[1]
5. Phải mặc pháp y.

[1] Thước cổ, chừng 33cm. Như vậy, 6 thước là chừng 2 mét.

# PHẦN HÁN VĂN

## 沙彌尼威儀

***Sa-di ni oai nghi***

東晉，失譯

*Đông Tấn, thất dịch*

不得著繒綵衣。

*Bất đắc trước tăng thái y.*

不得作綵衣與人。

*Bất đắc tác thái y dữ nhân.*

不得惡口相調。

*Bất đắc ác khẩu tương điều.*

不得教人作不急語。

*Bất đắc giáo nhân tác bất cấp ngữ.*

不得與優婆夷相看形體大笑。

*Bất đắc dữ ưu-bà-di tương khán hình thể đại tiếu.*

不得於避處裸形自弄身體。

*Bất đắc ư tỵ xứ lõa hình tự lộng thân thể.*

不得照鏡摩抆面目畫眉。

*Bất đắc chiếu kính ma vấn diện mục họa mi.*

不得瞋恨羞慚恚語。

*Bất đắc sân hận tu tàn khuể ngữ.*

不得思念與男子共交會問優婆夷何如。

*Bất đắc tư niệm dữ nam tử cộng giao hội vấn ưu-bà-di hà như.*

不得坐毛綿上。

*Bất đắc tọa mao miên thượng.*

不得著靴履。

Bất đắc trước ngoa lý.

不應作履。

*Bất ưng tác lý.*

不得貪家錢財強索人物。

*Bất đắc tham gia tiền tài cưỡng sách nhân vật.*

不得坐他婦女牀上開器視衣言是好彼醜。

*Bất đắc tọa tha phụ nữ sàng thượng, khai khí thị y, ngôn thị hảo bỉ xú.*

十六以上應作沙彌尼。離素無瑕穢貞良完具。無所毀辱。父母見聽乃得為道。素不貞良不應為道。石人匿病不應為道。

*Thập lục dĩ thượng ưng tác sa-di ni, ly tố vô hà uế, trinh lương hoàn cụ, vô sở hủy nhục. Phụ mẫu kiến thính nãi đắc vi đạo. Tố bất trinh lương bất ưng vi đạo. Thạch nhân nặc bệnh bất ưng vi đạo.*

不得與比丘僧同室宿，不得共坐。

*Bất đắc dữ tỳ-kheo tăng đồng thất túc, bất đắc cộng tọa.*

不得相形笑。

*Bất đắc tương hình tiếu.*

不得臥沙彌離衣被中。

*Bất đắc ngọa sa-di ly y bị trung.*

不得錯法衣共器誤著僧衣。

*Bất đắc thố pháp y cộng khí ngộ trước tăng y.*

不得手授男子物。設欲與物。當置著地卻使取之。

*Bất đắc thủ thọ nam tử vật. Thiết dục dữ vật đương trí trước địa khước sử thủ chi.*

不得與優婆夷露浴。

*Bất đắc dữ ưu-bà-di lộ tục.*

不得獨至僧房問義。

*Bất đắc độc chí tăng phòng vấn nghĩa.*

不得說浴事。

*Bất đắc thuyết dục sự.*

不得笑經語。

*Bất đắc tiếu kinh ngữ.*

不得左右顧視。

*Bất đắc tả hữu cố thị.*

不得手據机上。

*Bất đắc thủ cứ cơ thượng.*

受經有五事。當與長老尼共行。去坐六尺。長跪，但得問義，當識句逗。

*Thọ kinh hữu ngũ sự. Đương dữ trưởng lão ni cộng hành. Khứ tọa lục xích, trường quỳ đản đắc vấn nghĩa đương thức cú đậu.*

省師病有四事。有親應得省。三人共行。去牀六尺。長跪問訊語訖應去不得論事。

*Tỉnh sư bệnh hữu tứ sự. Hữu thân ưng đắc tỉnh, tam nhân cộng hành, khứ sàng lục xích, trường quỳ vấn tấn, ngữ ngật ưng khứ, bất đắc luận sự.*

夜臥有五事。當頭輸佛。當傴臥不得申腳。不得仰向頻申。不得袒裸自露。不得手近不淨處。

*Tọa ngọa hữu ngũ sự. Đương đầu thâu Phật, đương ủ ngọa. Bất đắc thân cước. Bất đắc ngưỡng hướng tần thân. Bất đắc đãn lõa tự lộ. Bất đắc thủ cận bất tịnh xứ.*

至檀越家有五事。當先到精舍禮佛。次禮師僧優婆夷請乃應入。當報師僧。直視六尺當獨坐牀。

*Chí đàn việt gia hữu ngũ sự. Đương tiên đáo tinh xá lễ Phật. Thứ lễ sư tăng, ưu-bà-di thỉnh nãi ưng nhập. Đương báo sư tăng trực thị lục xích. Đương độc tọa sàng.*

止檀越家。有五事不應法。不得至婦女房中語戲。不得至窖下坐食。不得與婢共私語。不得獨至舍後。不得與人共上廁。不得上男子廁上。

*Chỉ đàn việt gia hữu ngũ sự bất ưng pháp. Bất đắc chí phụ nữ phòng trung ngữ hý. Bất đắc chí diếu hạ tọa thực. Bất đắc dữ tỳ cộng tư ngữ. Bất đắc độc chí xá hậu. Bất đắc dữ nhân cộng thượng xí, bất đắc thướng nam tử xí thượng.*

入浴室有五事。不得與優婆夷共洗。不得與婢使共洗。不得與小兒共洗。不得取他成事水。不得自視形體隱處。

*Nhập dục thất hữu ngũ sự. Bất đắc dữ ưu-bà-di cộng tẩy. Bất đắc dữ tỳ sử cộng tẩy. Bất đắc dữ tiểu nhi cộng tẩy. Bất đắc thủ tha thành sự thủy. Bất đắc tự thị hình thể ẩn xứ.*

燒香有五事。不得左右遠視。不得獨與優婆塞共燒香。不得獨與婢使。不掣腳。不得背像。

*Thiêu hương hữu ngũ sự. Bất đắc tả hữu viễn thị. Bất đắc độc dữ ưu-bà-tắc cộng thiêu hương. Bất đắc độc dữ tỳ sử. Bất xế cước. Bất đắc bối tượng.*

朝起有五事。先當清淨卻著法衣。先禮經像。卻禮師僧。去六尺問訊。卻行出户。

*Triêu khởi hữu ngũ sự. Tiên đương thanh tịnh khước trước pháp y. Tiên lễ kinh tượng khước lễ sư tăng khứ lục xích vấn tấn, khước hành xuất hộ.*

師與語有五事。問經戒義不知當請。若見責當即自悔過。不得覆藏。不得自理。不得惡眼視師。

*Sư dữ ngữ hữu ngũ sự. Vấn kinh giới nghĩa bất tri đương thỉnh. Nhược kiến trách đương tức tự hối quá. Bất đắc phú tàng. Bất đắc tự lý. Bất đắc ác nhãn thị sư.*

浣衣有四事。當於屏處當長跪。當棄惡水於屏處。不得於人道徑中。當待燥燥應收。不得令墮地。

*Hoán y hữu tứ sự. Đương ư bình xứ, đương trường quỳ, đương khí ố thủy ư bình xứ. Bất đắc ư nhân đạo kính trung. Đương đãi tháo tháo ưng thâu. Bất đắc linh đọa địa.*

行道有五事。當與三人共行。當與大尼共行。若當與優婆夷共行。當視前六尺。當著法衣。

*Hành đạo hữu ngũ sự. Đương dữ tam nhân cộng hành. Đương dữ đại ni cộng hành. Nhược đương dữ ưu-bà-di cộng hành đương thị tiền lục xích. Đương trước pháp y.*

# MỤC LỤC

# Lời thưa

Trong kinh Pháp Cú, đức Phật dạy rằng: "Pháp thí thắng mọi thí." Thực hành Pháp thí là chia sẻ, truyền rộng lời Phật dạy đến với mọi người. Mỗi người Phật tử đều có thể tùy theo khả năng để thực hành Pháp thí bằng những cách thức như sau:

**1.** Cố gắng học hiểu và thực hành những lời Phật dạy. Tự mình học hiểu càng sâu rộng thì việc chia sẻ, bố thí Pháp càng có hiệu quả lớn lao hơn. Nên nhớ rằng **việc đọc sách còn quan trọng hơn cả việc mua sách**.

**2.** Phải trân quý kinh điển, sách vở in ấn lời Phật dạy. Khi có điều kiện thì mua, thỉnh về nhà để tự mình và người trong gia đình đều có điều kiện học hỏi làm theo. Không nên giữ làm của riêng mà phải sẵn lòng chia sẻ, truyền rộng, khuyến khích nhiều người khác cùng đọc và học theo. Không nên để kinh sách nằm yên đóng bụi trên kệ sách, vì **kinh sách không có người đọc thì không thể mang lại lợi ích**.

**3.** Tùy theo khả năng mà đóng góp tài vật, công sức để hỗ trợ cho những người làm công việc biên soạn, dịch thuật, in ấn, lưu hành kinh sách, **để ngày càng có thêm nhiều kinh sách quý được in ấn, lưu hành**.

Thông thường, việc chi tiêu một số tiền nhỏ không thể mang lại lợi ích lớn, nhưng nếu sử dụng vào việc giúp lưu hành kinh sách thì lợi ích sẽ lớn lao không thể suy lường. Đó là vì đã giúp cho nhiều người có thể hiểu và làm theo lời Phật dạy. Mong sao quý Phật tử khắp nơi đều lưu tâm đóng góp sức mình vào những việc như trên.

## TINH YẾU THỰC HÀNH PHÁP THÍ

- *Mua thỉnh kinh sách về đọc, tự mình sẽ được rất nhiều lợi ích.*
- *Chia sẻ, truyền rộng bằng cách cho mượn, biếu tặng kinh sách đến nhiều người thì lợi ích ấy càng tăng thêm gấp nhiều lần.*
- *Đóng góp công sức, tài vật để hỗ trợ công việc biên soạn, dịch thuật, giảng giải, in ấn, lưu hành kinh sách thì công đức lớn lao không thể suy lường, vì có vô số người sẽ được lợi ích từ việc lưu hành kinh sách.*

www.ingramcontent.com/pod-product-compliance
Ingram Content Group UK Ltd.
Pitfield, Milton Keynes, MK11 3LW, UK
UKHW020140250726
13967UKWH00002B/782